நினைவுகளின் நிழல்கள்

லாவண்யா பெரியசாமி

நினைவுகளின் நிழல்கள்

கதை

ஆசிரியர் : லாவண்யா பெரியசாமி 2022 ©

முதல் பதிப்பு : நவம்பர் 2022

வெளியீடு : ஏலே பதிப்பகம்

5/175, பாத்திமா நகர், கூத்தென்குழி,

திருநெல்வேலி - 627104

தொடர்புக்கு : +91 9944992571

Ninaivugalin Nizhalgal

Story

All rights reserved

by Lavanya Periyasamy 2022 ©

First Edition : November 2022

Pages: 104

ISBN : 978-93-5533-438-1

Aelay Publish

Contact : +91 9944992571

Designed by : Aelay publish team

முன்னுரை

என் அக்காவின் ஒரு அழகான படைப்பு . ஆழமான படைப்பும் கூட. நினைவுகளின் நிழல்கள் புத்தகத்தின் அட்டை படத்தில் தொடங்கி அனைத்து பக்கங்களிலும் வர்ணனை செய்துள்ளார். ஒரு சிற்பியின் கையில் கிடைத்த உளி போல அக்காவிற்கு இந்த புத்தகம்.அதில் வரும் எனக்கு பிடித்த கதாபாத்திரம் ஆதி. அந்த டைரி முழுவதும் படித்தே ஆகவேண்டும் என்ற சிறுவயதில் இருக்கும் அவனது ஆர்வம் என்னை ஈர்த்தது. கதை நகரும் போது இடை இடையில் கண்டிப்பாக வாசிப்பதை நிறுத்துவீர்கள். கதை பிடிக்காமல் இல்லை அதை உங்கள் வாழ்கையில் இணைத்து சிறிது பயணம் செய்ய. எதார்த்தமான மனிதர்களை மட்டுமே இந்த கதையில் காணலாம். ஒரு பெண்ணின் டைரி. இல்லை இல்லை அவளின் நண்பன். ஆம் அது தான் சரியான சொல்லாக இருக்கும். அவன் நண்பன் அவளிடம் பேசும் விதம் இந்த உலகத்தை புதிதான கோணத்தில் பார்க்க வைக்கும். சில கருத்துக்களை தடுப்பூசியாக செலுத்தாமல் மாத்திரையாக தந்துள்ளார். உங்களை கடந்த காலத்திற்கு கூட்டி செல்ல இந்த புத்தகம் காத்துகொண்டு இருக்கிறது. ஒரு அழகான கடந்த கால பயணத்தை ரசியுங்கள்.

நன்றி!
சி.ரா.சங்கர்
எழுத்தாளர்
கடந்து போன பயணங்கள்

அணிந்துரை

ஒரு மனிதன் இலக்கில்லாத ஓர் இடத்தை நோக்கிப் பயணிக்கும் போது தெரிந்தோ தெரியாமலோ அவன் கடந்து வந்த பாதையை ஒருமுறையாவது திரும்பிப் பார்த்துவிடுகிறான். அந்த பாதையையும் அவனுடைய பயணத்தையும் பிணைத்து வைக்கின்ற ஒரே உறவு அந்த பார்வை மட்டும் தான்! அதைப் போல தான் நம்முடைய நினைவுகளும். நாம் நடந்து கொண்டிருக்கும் பாதையையும் நாம் கடந்து வந்த பாதையையும் இணைக்கின்ற ஒரே சாதனம் நினைவுகள் தான். ஒவ்வொரு பாதையிலும் வெவ்வேறு முகங்கள்! சில முகங்கள் பாதிவழியில் மறைந்துவிடும்! சில முகங்கள் கடைசிவரையில் பின்தொடரும்!

உண்மையில் ஒரு மனிதன் வாழ்க்கையின் தரிசனத்தை நினைவுகளில் தான் கண்டுகொள்கிறான். ஏனென்றால் அவன் வாழ்ந்த வாழ்க்கையானது அவனுடைய நினைவுகளில் தான் வேரூன்றிக் கிடக்கின்றது. உலகில் அவன் சுவாசித்து கொண்டிருக்கும் ஒவ்வொரு கணமும் அவனுடைய நினைவுகள் தான் அவனை யாரென்று அவனுக்கு அடையாளம் காட்டி கொண்டிருக்கும்.

லாவண்யா அக்காவின் இந்தப் புத்தகமும் அதைப் போல தான் மீண்டும் உங்களையே உங்களுக்கு அடையாளம் காட்டப் போகின்றது. இதன் ஒவ்வொரு பக்கமும் உங்களுடைய வாழ்க்கையின் வெவ்வேறு

கட்டத்திற்குள் உங்களைப் புரட்டிப் போட போகின்றது. நீங்கள் மறந்து போன முகங்களையும் மறக்க முடியாத முகங்களையும் மீண்டும் மீண்டும் தரிசிக்கப் போகிறீர்கள். இந்த கதையில் நீங்கள் தான் நாயகர்கள். நீங்கள் பலவருடம் பேசி பழகி கடந்து சென்ற உறவுகள் தான் இக்கதை மாந்தர்கள். இதைப் புத்தகம் என்று சொல்வதை விட கால இயந்திரம் என்று சொல்வது சரியாக இருக்கும். ஏனென்றால் இந்த பக்கங்களுக்குள்ளே நீங்கள் தொலைந்து போக போகிறீர்கள். நீங்கள் கடந்து வந்த சாலைகளும் உங்களை பிரிந்து சென்ற உறவுகளும் மீண்டும் உங்களை காண காத்து கொண்டிருக்கின்றன. முன்னோக்கி சொல்லுங்கள்! உங்களுடைய நினைவுகள் நிழல்களாக உங்களை பின்தொடரட்டும்...! சிறிது நேரம் நிழல்களுக்குள்ளே நிஜத்தை திளைக்க செய்யுங்கள்!

செ. ஜெகதீப்
எழுத்தாளர்
மயன் கண்மணி, துவாரகா

மதிப்புரை

புத்தகத்தின் ஆசிரியர் லாவண்யா நம்ம நாம் பள்ளி மற்றும் கல்லூரி நாட்களுக்கு கூட்டி செல்லும் ஒரு சிறிய பயணமே இந்த புத்தகம்

யாழ், லக்கி மற்றும் ஆதி ஆகிய மூன்று கதாபாத்திரங்களும் அழகான முறையில் வடிவமைக்க பட்டுள்ளது

ஒரு பெண்ணின் பள்ளி மற்றும் கல்லூரி கால டைரியை படித்தது போல ஒரு உணர்வை இந்த புத்தகம் தருகிறது

சில இடங்களில் நாமும் அந்த குழந்தையுடன் பயணம் செய்வது போல் ஒரு உணர்வை ஏற்படுத்தி இருக்கிறார் எழுத்தாளர்.

பல இடங்களில் உணவை பற்றி சொல்லும் விதம் எழுத்தாளர் ஒரு உணவு பிரியை என்பதை உணர்த்துகிறது

விடுதிகளில் தங்கி படிக்கும் மற்றும் படித்து இருக்கும் அனைவருக்கும் இது ஒரு பொருத்தமான அனுபவமாக அமையும்

சிறிய கதையாக இருந்தாலும் உணர்வுபூர்வமான ஒரு படைப்பை படைத்து இருக்கிறார்

பெண்களால் தங்களது கல்லூரி மற்றும் பள்ளி கால வாழ்வியல் முறையை பொருத்தி பார்கும் வகையில் இந்த கதையை எழுதியுள்ளார்

இந்த புத்தகம் எந்த இடத்திலும் உங்களது நேரத்தை வீண் அடிக்கது, ஒரு நாளில் படித்து முடித்து விடலாம்

எழுத்தாளர் பயன் படுத்திய மொழிநடை ஆரம்பகட்ட வாசகர்களுக்கும் எளிதில் படித்து புரியும் வகையில் அமைந்துள்ளது

இது போன்று இன்னும் பல நல்ல படைப்புகளை கொடுக்க என் அக்கா லாவண்யா பெரியசாமி அவர்களுக்கு வாழ்த்துகள்

லோகேஷ்

எழுத்தாளர்
மர்மவலை, கதை சொல்லட்டுமா,
Thoughts that should conquer your mind

வணக்கம்.

இளம் எழுத்தாளருக்கு எனது வாழ்த்துக்கள், இந்த புத்தகம் நல்ல வரவேற்பைப் பெற்று வெற்றியடைய மற்றும் இன்னும் இதுபோல நிறைய புத்தகங்களை எழுதுவதற்கும்.

நியாயங்களை கண்டால் தட்டிக் கேட்கும், சொந்த காலில் நிற்க வேண்டும் என்று துடிப்பான, உறுதியான மணம் கொண்ட ஒரு பெண்ணின் கதை இது. அவள் பள்ளி பருவத்தில் இருந்து கல்லூரி முடியும் வரை நடந்த போரை, அவள் எழுதிய டைரி மூலம் கடந்த காலத்தை நமக்கு காட்டி இருக்கிறார். கல்லூரியில் சேர்ந்த போது புதிய முகங்களுடன் பழகி குடும்பமாக வாழ்ந்ததும், பின்னர் பிரிய மனமில்லாமல் விடைபெற்ற அழகிய கடந்த கால கல்லூரி வாழ்க்கை பயணம் இது.

ஏனோ எனக்கு ஆதிக் குட்டி மிகபிடித்த கதாபாத்திரமாக மாறியது. அவன் துரு துரு பேச்சுவார்த்தையை நான் நேரில் காண்பது போல இருந்தது. அம்மா மற்றும் மகனின் உரையாடல், டைரி க்கு பெயர் வைத்து விதம் அருமை. ஆதி நண்டு கதை கேட்டதால நானும் அந்த அழகான கதையில பயணிச்சிட்டேன்... நன்கு புரியும் படி வார்த்தைகள் அமைந்துள்ளது. குழந்தைகள் முதல் பெரியவர்கள் வரை படிக்கும்படி.

சில தலைப்புகள் என் கடந்த கால வாழ்வில் இருந்து பார்த்து அதை இங்கே பதிவு செய்தது போல இருந்தது. "உணவு பரிமாறி, உணவுகளால் உணர்ந்தோம்" உறவுகளை... தமிழ் ஆசிரியரின் உறுதுணை, கணக்கு பாடத்தில் மட்டும் எனக்கும் மதிப்பெண் வந்த சரித்திரம் இல்லை.

✒ விடுதியில் தங்கி நல்லா படித்து யாருக்கும் பாரம் இல்லாமல் சொந்தக்காலில் நிற்க வேண்டும் என்று நினைத்தவளுக்கு எதிர்பாராத விதமாக விபத்து ஏற்பட்டு வீட்டில் உட்காரும் நிலை ஏற்பட்டால் எவ்வளவு வலி மனதாலும், உடலாலும். பின் அதை கடந்து எதிர்நீச்சல் போட்டு வந்துவிட்டால் தலைவி மீண்டும்..

✒ முதல் கைபேசி வாங்கி சந்தோஷப்பட்ட நாட்கள், அந்த கைபேசி தொலைந்து, கிடைத்தது, உடன் பழகியவர்களே செய்த துரோகம், தலைவி கல்லூரியில் நடந்த அநீதிகளை தட்டி கேட்பதும் , தோழியின் காதலுக்கு உதவி செய்வதும், அதே நேரத்தில் படித்து நல்ல வேலையில் சேர வேண்டும் என்று வெறியுடன் இருந்து வாழ்ந்த கதை விறுவிறுப்பாக செல்கிறது.

✒ நண்பர்களுக்கு நாம் அம்மா வாகவும், நம் நண்பர்கள் நமக்கு அம்மா வாகவும் (சிறந்த வழிகாட்டி) இருப்பது கல்லூரி பருவத்தில் தான். அதை அருமையா கண்முன்னே காட்டினார் எழுத்தாளர். .

இன்னும் ஐந்து மாதத்தில் முடிய இருக்கும் என் கல்லூரி வாழ்க்கை முடியும் தருணத்தில் இப்படி தான் இருக்கும் என்று உணர்த்தி விட்டார்.... விடைபெற மனமில்லை அதை நினைத்து இப்போதே இமை ஓரம் ஈரம் ஆகியது.

முத்துலட்சுமி பழனி
புத்தகம் மதிப்புரையாளர்

உங்களின் சந்தோஷங்களை, துக்கங்களை, மறக்க முடியாத நிகழ்வுகளை, பிரிவாற்றாமையை யாரிடம் பகிர்ந்து கொள்வீர்கள்?

அன்பு மகன் ஆதி குட்டியின் வேண்டுகோளுக்கிணங்க, யால் அம்மா, "லக்கி"-யிடம் மட்டுமே பகிர்ந்து கொண்டதை அவனுக்குச் சொல்கிறார்!

உணர்வு பரிமாற்றங்கள் உணவின் வழி வந்ததாக இருக்கட்டும், மறு ஜென்ம பிறப்பாக இருக்கட்டும்! பள்ளி,கல்லூரி கால நினைவுகளை அழகாக அசை போட வைக்கிறது.

நல்ல நண்பர்களின் அவசியம், நற்பண்பு-நல்லொழுக்கங்களின் மேன்மை, தொப்புள்கொடி உறவின் உன்னதம் இவை அனைத்தையுமே ஆசிரியர் அழகாக எடுத்துரைக்கிறார்.

வாழ்க்கை பயணம் எப்படி முட்கள் நிறைந்ததோ, அதேபோல் மலர்களும் நிறைந்தே இருக்கும்! அப்படிப்பட்ட பயணத்தின் அட்டவணையை, மறுபடி நினைவு கூர்வதே தனி சுகம் தானே!?

"ஆமா, யார் இந்த லக்கி?" என்று நீங்கள் என்னை கேட்கலாம்! நீங்களே படித்து தெரிந்துகொள்ளுங்களேன்!!

ம.கிரி சுபாஷ்னி

புத்தகம் மதிப்புரையாளர்

1. உண(ர்)வு பரிமாற்றம்

ஹேய்...ஆதி குட்டி...!
குட் மார்னிங்....!

பள்ளிக்கூடம் போகணும். எழுந்திரிங்க...

ம்மா இரண்டு நிமிஷம் மா...

இல்ல கண்ணா...! நேரம் ஆயிடுச்சு...

சரி ம்மா...! குட் மார்னிங்...! ௐௐௐௐ...!

நான் உன் பையில புத்தகம் லாம் எடுத்து வெச்சறேன்.

அப்பா உனக்கு குளிச்சு விட்ருவாங்க. சரியா கண்ணா?

ம்ம் மா...!

மாமா....! ஆதி குட்டி எழுந்துட்டான். டக்குன்னு குளிச்சு விட்ருங்க.

நான் சமையல் பண்ணி விட்டு அவன கிளப்பி விட்டறேன். நீங்க வேலைக்கு போகற அப்போ பள்ளியில் விட்ருங்க ப்பா.

ம்ம்ம். சரி பாப்பா. நான் பார்த்துக்கறேன்.

ஆதி குட்டி குளிச்சாச்சு ம்மா. எனக்கு குளுருது. துண்டுக் கொண்டு வாங்க....!

இதோ வந்துட்டேன் கண்ணா...!

அம்மா. என் டைரில கையெழுத்து போடுங்க...!

சரி குட்டி...!

(புத்தக அலமாரியில் இருந்து புத்தகம் கீழே விழ...!)

அம்மா...! இது என்ன?

அம்மாவோட டைரி குட்டி.

அம்மா என் டைரி மாதிரியேவா?

ஆஆஆஆ. அதே மாதிரின்னு சொல்ல முடியாது...!

ஒரு கதை மாதிரி...!!!

கதையா??? ப்ளீஸ் ம்மா??? எனக்கு சொல்லுங்க...

குட்டி...! பள்ளிக்கூடம் போயிட்டு சாயந்திரம் வந்திருவேல்ல?! அப்புறம் சனி ஞாயிறு ரெண்டு நாள் விடுமுறை தான்! பொறுமையா படிக்கலாம். சரியா?

ம்ம்ம்... அம்மா!!! ஜாலி...! ஜாலி...!

சரி பாப்பா...! நானும் ஆதி குட்டி கிளம்பறோம். உனக்கு ஆஃபிஸ் வேலை செய்யறதுக்கு நேரம் ஆயிடுச்சு. நீ வேல ஸ்டார்ட் பண்ணு. பார்த்துக்கோ. நான் சாயந்திரம் பையன பள்ளிக்கூடத்துல இருந்து கூப்பிட்டு வந்தரேன். டாட்டா.

டாட்டா...!!! பார்த்துப் போங்க!!! ஆதி குட்டி டாட்டா...!!!

சரிங்க ம்மா...!!! பத்திரமா இருங்க. நான் உங்கள மிஸ் பண்ணுவேன். டாட்டா...!

சில மணி நேரத்திற்கு பிறகு..!

யாழ் அம்மா...!

நான் வந்துட்டேன்...!

இன்னிக்கு நாள் எப்படி போச்சு குட்டி?

அம்மா சாப்பாடு கொடுத்து விட்டேன்ல...! சாப்பிட்டியா?

ம்ம்ம் மா...!

அம்மா எனக்கு உங்க டைரி பார்க்கணும் இப்போ....!

சரி...! நீ கை கால் முகம் கழுவிட்டு வா. நம்ம டைரிய பார்க்கலாம்.

ஜாலி..! ஜாலி...!

அம்மா...! துணிக் கூட நானே மாத்திட்டேன். எனக்கு பசிக்குது. பால் கொண்டு வாங்க. அப்படியே பால் குடிச்சுட்டே டைரி பார்க்கலாம்.

ம்ம்ம். இரண்டு நிமிஷம் தங்கம்...!

ம்ம்ம் அம்மா.

இந்தாங்க. பால்...!

இது தான் என் டைரி...!!!

பக்கங்கள் காற்றில் ஆட...!!!

முதல் பக்கத்தில் இருந்து என்னோடு பயணிக்க தயார் ஆகுங்கள். ஒரு சில மணி நேரங்களுக்கு வெவ்வேறு இடங்களுக்கு பயணிப்போம் நானும் நீங்களும் என் டைரியுடன்...!

ஹாய் டைரி...!

லேசாக காற்றில் ஆட..!

ஓ...! எனக்கு நீயும் ஹாய் சொல்றியா?.

சரி... இப்போ நான் ஏன் உன்னை டைரி ன்னு சொல்றேன்.

உனக்கு ஏதாச்சும் பெயர் வைக்கலாமா?

என்ன வைக்கலாம்?

ரோசி? வேண்டாம்...

டாபி? வேண்டாம்....

ஹனி? வேண்டாம்...

லில்லி? வேண்டாம்...

லக்கி? டைரி காற்றில் ஆட...!

ஏய்..! உனக்கு லக்கி பிடிச்சுருக்கா?

இனி உன்னை லக்கின்னு தான் கூப்பிடுவேன்.

ஹாய் லக்கி...!

நான் யாழ்மொழி...!

இப்போ பத்தாம் வகுப்பு படிச்சுட்டிருக்கேன்.

விடுதியில் தங்கிப் படித்தால் நல்ல மதிப்பெண் பெறுவேன் என்றார்கள். அந்த ஒரு காரணத்திற்காக தான் நான் விடுதியில் தங்கிப் படிக்க சம்மதம் சொன்னேன்.

இன்னிக்கு முதல் நாள்...!

என் தோழி ஷாலினி ஒன்பது வயது முதல் விடுதியில் தங்கியிருக்கிறாள்.

எனக்கு எல்லாம் புதுசு.

லக்கு மாமாவும் அப்பாவும் இன்னிக்கு தான் என் பெட்டி உட்பட எனக்கு தேவையானதை எல்லாம் கொண்டு வந்தாங்க.

மாமா... என் அப்பாவின் நெருங்கிய நண்பர்....!

எனக்கு வீடு ரொம்பவே பிரிஞ்சி இருக்கற மாதிரி இருக்கு. நான் ரொம்ப தூரம் அவுங்கள விட்டு தனியா இருக்கிற மாதிரியே இருக்கு லக்கி...

லக்கி... காற்றில் ஆட...!

என்ன லக்கி...!

அது தான் எனக்கு நீ இருக்கேன்னு சொல்றியா?

மீண்டும் ஆடவே...!

நன்றி லக்கி...!

என் தோழி ஷாலினிக்கு என் மேல ரொம்ப பாசம். ஆனா அவ வேற அறை. நான் வேற அறை. தூங்கும் பொழுது தான் நான் நம்ம அறைக்கு வரலாம்னு இருக்கேன். மத்த எல்லா நேரமும், படிக்கும் அறையில் தான் இருக்கணும்.

ஷாலினிக்கு எல்லாமே தெரியும். எனக்கு இன்னும் தலை முடி சீவ வராது. இரட்டை சடை பின்னனும். அவ தான் பார்த்துக்கலாம் ன்னு சொல்லியிருக்கா.

லக்கி காற்றில் ஆட...!

நீயும் பார்த்துக்கலாம் ன்னு சொல்றியா?

நீ செம்ம லக்கி...!

நான் வேற ஏதாவது முக்கியமான விஷயம் இருந்தா உன்கிட்ட பகிர்கிறேன்.

நீ இப்போ தூங்கு.

நான் விடுதியில் இருந்த நாட்களை வீட்டில் இருப்பது போல் உணர தொடங்கினேன்.

என் தங்கம் அத்தை பெற்ற முதல் தங்கம் தர்ஷினி எனக்கு அப்பப்போ எனக்கு பிடித்த சாப்பாடு எனக்கென்று தனி டிஃபன் டப்பாவில் கொண்டு வருவாள். அத்தைக்கு தங்கம் என்ற பெயருக்கு பதிலாக அன்னபூரணி என்று பெயர் வைத்திருக்கலாம். அத்தை உப்மா செஞ்சா கூட அவ்வளவு வாசனையாக இருக்கும்.

எங்களுக்கு பிடிக்காத உப்மா வை கூட எங்களுக்கு மிகவும் பிடித்த உணவாக மாறிவிட்டது என் தங்கம் அத்தை யின் உப்மா பாடலினால்...

உப்மா கிண்டி வைய்யயடி...!

பக்குவமா எடுத்து சொல்லட்டுமா...!
கால் படி தண்ணீர் ஊற்றி...!
அரை படி தண்ணீர் ஊற்றி...!
உப்மா...!
ஆஹா...!
உப்மா...!
உப்மா கிண்டி வைய்யயடி...!

சுவய்ங்ங்...!

ஆதி குட்டி: அம்மா, நானும் பாடட்டுமா? இந்த பாட்டு எனக்கும் பிடிச்சுருக்கு...

எனக்கும் இந்த பாட்டு ரொம்ப பிடிக்கும் கண்ணா...

சரிங்க அம்மா...!

அப்போ. நம்ம ரெண்டு பேரும் சேர்ந்து பாடுவோமா?

சரி குட்டி...!

உப்மா கிண்டி வைய்யடி...!
பக்குவமா எடுத்து சொல்லட்டுமா...!
கால் படி தண்ணீர் ஊற்றி...!
அரை படி தண்ணீர் ஊற்றி...!
உப்மா...!
ஆஹா...!
உப்மா...!
உப்மா கிண்டி வைய்யடி...!
சுவய்ங்ங்...!

ஆதி குட்டி: ஹா ஹா...

இந்த பாட்டு பாடும் போது ரொம்ப சந்தோசமா இருக்கு அம்மா...

அருமை செல்லம்...

ஆதி குட்டி: சரி...! லக்கிய பார்க்கலாம் ம்மா...

சரி கண்ணா...!

தர்ஷினி பள்ளி பேருந்தில் வருவதால், அவ்வப்போது அப்பா மாலையில் பள்ளியில் இருந்து வீட்டுக்கு அவளை அழைத்து வரேன் என்றப் பெயரில் என்னை பார்த்துவிட்டு எனக்கு பிடிச்ச பஃப்ஸ் வாங்கிட்டு வருவார்.

என் தம்பி, என்னிடம் ஏதாவது சொல்லணும் என்றால் தர்ஷினியிடம் கடிதம் கொடுத்து விடுவான். அவள் தான் எங்களின் புறா.

தர்ஷினியின் பெயர் சிவதர்ஷினி. அவ கல கல ன்னு சிரிப்பா னால அத்தை அவளுக்கு அந்த பெயர் வெச்சுட்டாங்க போல.

இரண்டு வாரத்திற்கு ஒரு முறை ஞாயிற்றுக்கிழமையில் எனக்கு பிடித்த புளி சாதம், உருளைக்கிழங்கு பொரியல், நூடுல்ஸ், எலுமிச்சைப் பழம் சாதம் எல்லாம் அம்மாவே செஞ்சு கொண்டு வருவாங்க.

பாசம் கலந்த சாப்பாட்டிற்கு ருசி அதிகம் தானே.

காலையிலேயே வந்தாங்கன்னா சாயந்திரம் வரைப் பேசிட்டு சாப்பாடு ஊட்டி விட்டுட்டு, என் நண்பர்களின் அம்மாவும் எங்களுடன் பகிர்ந்து சாப்பிட்டு, மகிழ்ச்சியுடன் இருப்போம். எதுக்கு மாலை மூன்று மணி ஆனது என்று திட்டுவேன் கடிகாரத்தின் முட்களை.

பிரியாது பிரியமுடன் எல்லோரின் பெற்றோர்களும் கிளம்புவார்கள்.

எனது அம்மாவிற்கு மட்டும் கல் நெஞ்சம். அழ மாட்டாள். ஏனென்றால் நான் அழுது விடுவேனோ என்று...!

மழையின் துளிகள் லக்கியின் மீது விழ...

அச்சோ லக்கி...! நீ அழாத!!!

நல்லா தூங்கு...

நாளைக்கு பார்ப்போம்..!

எங்கப் பள்ளியில பசங்க பொண்ணுங்க பேசக்கூடாதுன்னு ரூல். ஆனா எனக்குப் ரெண்டுப் பசங்க நண்பர்களா இருந்தாங்க. அந்த ரெண்டுப் பேர் கிட்ட மட்டும் நான் பேசுவேன்.

ஒருத்தன் பேரு கார்த்திக். ரொம்ப அமைதியான பையன். ஏதாவது படிப்புல சந்தேகம் னா என்கிட்ட கேட்பான். மாத்தி மாத்தி சொல்லிக் கொடுத்துப்போம்.

இன்னொரு பையன் பேரு சேரலாதன்.

அவனும் நானும் எப்படி நண்பர்கள் ஆனோம் தெரியுமா?

அவனும் நானும் இரட்டையர்கள். எப்படின்னு கேட்கறியா?

அவனும் நானும் ஒரே நாளில் ஒரே வருடத்தில் ஒரே மாதத்தில் வெவ்வேறு தாய் வயிற்றில் பிறந்தோம் . அப்படியென்றால் இரட்டையர்கள் தானே? என்னுடன் பிறவாத சகோதரர்.

நான் இன்னிக்கு நேரமா தூங்கறேன் லக்கி. உனக்கு துணையா மயில் இறகு வைக்கிறேன். ஷாலினி கொடுத்தா. அவளோட மயில் குட்டி போட்டுச்சாம்.

டாட்டா. பத்திரமா இரு.

லக்கி....!

என் மனசுக்கு ரொம்ப கஷ்டமா ஆயிடுச்சு. ஏன் தெரியுமா?

ஒரு குட்டி பையன் எல்.கே.ஜி தான் படிக்கிறான். அவன் விடுதியில் தங்கிப் படிக்கிறான். ஏன்னு நான் கேட்கல. அவன் இனிமேல் நம்ம குட்டி நண்பர்.

ஆறாம் வகுப்பு படிக்கும் கண்ணம்மாவும் விடுதியில் தங்கி படிக்கிறா. பாவம்ல லக்கி...!

நான் என் கடலை மிட்டாய் அவுங்க ரெண்டு பேருக்கும் கொடுக்கலாம் ன்னு நினைச்சேன். அதுக்குள்ள எலிக்கு அவசரம்! எலி சாப்டுருச்சு லக்கி. வேற ஏதாவது ஷாலினி கிட்டக் கேட்டுக் கொடுக்கணும்.

நீயும் மயிலும் பத்திரமா இருங்க.

டாட்டா லக்கி.

மாதங்கள் கடந்தது...!

ஹாய் லக்கி!

இன்னிக்கு பத்தாம் வகுப்பு தேர்வு முடிவுகள் வெளியிடுறாங்க.

நான் எல்லா பரிட்சைக்கும் நல்லா படிச்சேன். சமூக அறிவியல் ல மட்டும் பாஸ் ஆனா போதும்ன்னு இருக்கு.

பக்கங்கள் காற்றில் ஆட...!

நீயும் கோபப்படற பார்த்தியா லக்கி...!

எனக்கு தான் அந்த சமூக அறிவியல் பாடம் நடத்தும் ஆசிரியரை கண்டால் பயம். அவர் என்னை எல்லா மாணவர்கள் முன்னும் திட்டித் தீர்ப்பார். அந்த ஒரு பாடத்தில் மட்டும் நான் படித்ததை எல்லாம் அப்படியே வாந்தி எடுக்க வேண்டும். எப்படி தெரியுமா? நம்ம புரிஞ்சு படிக்கறதுன்றது வேற. படிச்சது அப்படியே எழுதணும்ன்றது வேற. அது தான் பிரச்சினை.

ஆனா எங்க தமிழ் ஐயா! என்னை கூப்பிட்டு எனக்குள்ள நிறைய திறமைகள் இருக்குன்னு என்னைய கட்டுரை போட்டி, கவிதை போட்டி ன்னு எல்லாத்துக்கும் என் பெயர நான் கொடுக்கறதுக்கு முன்னாடியே எழுதுவார்.

என் ஆசை எல்லாம் ரொம்ப சின்னது தான். கோனார் தமிழ் உரைக்கு பின் என் பெயரும் என் புகைப்படமும் வர வேண்டும். தமிழில் அதிக மதிப்பெண் பெற்ற மாணவி என்ற பெயர் இருந்தால் போதும்.

கணக்கு ஆசிரியர் என்னை நீ படிக்கும் பொழுது எல்லாம் நல்லா தான் படிக்கிற. பரிட்சையில் ஏன்

இப்படி மாத்தி மாத்தி தப்புப் பண்ணிடறன்னு கேட்டாங்க.

நான் எதுவுமே பேசல லக்கி.

காரணம்....!

தேர்வு அறை!

எல்லோரும் பார்த்து எழுதுறோமா ன்னு பார்த்துக்கறதுக்கு ஒரு ஆசிரியர் இருந்தாலும்

அவ்வப்போது பறக்கும் படை வந்து என்னைப்போல் இருக்கும் சிறுப் பிள்ளைகளின் விடைத்தாள் பக்கத்தை திருப்பும் பொழுதுப் பயம்...!

நான் காப்பி அடிக்கலன்றது என் மனசாட்சிக்கு தெரியும். இருந்தும் அவர்களை கண்டால் மட்டுமே எமனை கண்டதுப் போல உணர்ந்தேன்.

என்னைப் போல பயத்தால் மட்டுமே பல புத்திசாலிகள்

முட்டாள் என்ற பெயர் எடுக்கிறோம்!

தேர்வு அறை

என்ற பெயரில்...!

ஆதி குட்டி நடுவில்...!

அம்மா, அப்போ நீங்க பாஸ் ஆனிங்கலா இல்லையா?

அடுத்த பக்கம் திருப்பிப் படிக்கிறேன் குட்டி...!

லக்கி...! நான் எதிர்பார்த்த அளவு மதிப்பெண் வாங்கிருக்கேன். இன்னும் பத்து மதிப்பெண் சேர்த்தி வாங்கியிருந்தேன்னா, என் அப்பா சந்தோஷமா இருந்துருப்பாரு. வேற பள்ளி மாத்திக்கலாமான்னு கேட்கிறாங்க. ஷாலினி கிட்ட சொன்னா அவளும், அந்தப் பள்ளிக்கு வந்துருவா. கார்த்தி, சேரலாதன் கிட்ட எப்படி சொல்றது?

ஹாய் லக்கி ...!

இன்னிக்கு புதுப் பள்ளிக்குப் போனேன். எனக்குள்ள ரொம்பவுமே ஒரு தனிமையான உணர்வு. என் வகுப்புல மொத்தம் எழுபது பேரு. இருந்தும் என் நண்பர்கள் இல்லாத உணர்வு. ஷாலினி பக்கத்து வகுப்பு அறை தான். கார்த்தியும் சேரலாதனும் என்ன ஆனாங்கன்னு தெரியல.

பார்த்தியா...! நண்பர்களின் பிரிவு எவ்வளவு கொடூரம் என்று எனக்கு மட்டும் தான் தெரியும்.

ஆமாம்...! இந்தப் பள்ளியில் யாரப் பார்த்தாலும் வெறுப்பா இருக்காங்க. ரொம்ப ஆடம்பரமா தெரியறாங்க. அவுங்களாம் அடுத்தவர்களின் பெயர் கேட்பதில் கூட ஆர்வம் காட்டுவதில்லை.

மாணவர்கள விடு லக்கி!

ஆசிரியர்கள் லாம் பார்த்தா எமன் மாதிரி வராங்க.

எப்பையும் ஒரு பிரம்புக் குச்சியோட தெரியாம இங்க வந்து மாட்டிக்கிட்டேன் போல.

நாட்கள் கடந்தது...!

தர்ஷினிக்கு அம்மை வந்தது.

பாவம் ன்னு அவளப் போயிட்டு பார்த்துட்டு வரலாம் ன்னு நான் போனேன். எனக்கும் வந்துருச்சு.

ஷாலினிக்கு ஃபோன் பண்ணி சொல்லிட்டேன் இந்த மாதிரின்னு.

அவள், சரி பார்த்துக்கோன்னு சொன்னா.

ஆமாம். அந்த வகுப்பறைக்கு போனாலே யாரும் பேச மாட்டாங்க. அதுக்கு இந்த வலி பரவாயில்லை.

எவ்வளவு அமைதியா இருக்கும் தெரியுமா லக்கி? அந்த வகுப்பு அறையில யாரையும் சிரிச்சு கூட நான் பார்த்ததேயில்லை.

நான் சிரிக்கணும்ன்னா கூட இடைவெளியில என் பக்கத்து வகுப்பறையில இருக்க ஷாலினி கிட்ட மட்டும் தான் ஏதாச்சும் பேசி, சிரிச்சு, புலம்ப முடியும்.

Your silence should not be the silence of a graveyard, your silence should be the silence of a garden. Once in a while a bird starts singing, but it does not disturb the silence, it deepens it.

OSHO

வலி தாங்க முடியல லக்கி. ரொம்ப வலிக்குது. அம்ம பார்த்தது. தர்ஷினிக்கு எவ்வளவு வலிச்சிருக்கும். அவ பாவம்... சின்னப் பொண்ணு...

நாட்கள் கடந்தது...!

அம்மை தழும்புகள் மறையயவில்லை...!

அம்மா செஞ்சு தந்தக் கொள்ளு துவையலும் ரசமும் அவ்வளவு ருசி. ரோசினி, அப்போ தான் என் கூட பேசினாள். எங்க வீட்ல... இன்னிக்கு பிரெட் சேன்ட்விச் கொடுத்துவிட்ருக்காங்க. இந்தா... நீ கொஞ்சம் சாப்பிட்டு பாரு என்றாள். நான் இந்தா. நீ எவ்வளவு வேணும்ன்னாலும் சாப்பிடு என்று கொடுத்தேன்.

உணவு பரிமாறி, ஒருவரை ஒருவர் உணவுகளால் உணர்ந்தோம்.

நண்பர்கள் ஆனோம்.

அவள் கொண்டு வரும் காலி ஃபிளவர் சில்லியின் மீது எனக்கு எப்பையும் கண்கள் இருக்கும். அவளுக்கு நம்ம வீட்டு புளியோதரை உருளைக்கிழங்கு பொரியல்.

காற்று அன்று சன்னலில் இருந்து வேகமாக வீச...!

லக்கியும் வேகமாக பக்கங்களை நகர்த்தினான்....!

மழை பெய்யுற மாதிரி இருக்கு!

ஆண் மயில்கள் தோகை விரித்து ஆடும் நேரம்...!

2.   மறு ஜென்மம்

ஆதி குட்டி : அம்மா எனக்கு காலி ஃபிளவர் சில்லி நியாபகம் வந்துருச்சு. எனக்கு செஞ்சு கொடுங்க. அப்படியே நான் சாப்பிட்டே நம்ம லக்கிய பார்க்கறேன்.

சரி குட்டி...!

இந்தா கண்ணா...! காரம் கம்மியா தான் போட்டு செஞ்சேன் உனக்காக. சாப்பிடு...!

அம்மான்னா அம்மா தான்.

சரிங்க ம்மா. அப்புறம் என்ன ஆச்சு?

பார்ப்போமா...!

லக்கி, நீ நல்லா தூங்குனியா? மயில் உன்னை தொந்தரவு செஞ்சுதா?

உனக்கு மயில் துணையா இருக்கும்ன்னு தான் நான் நம்பறேன்.

ஒரு வாரத்துல தேர்வுன்னு சொல்றாங்க. இதுவரைக்கும் நான் என்ன படிச்சிருக்கேன்? நான் நல்லா எழுதிருவேனா லக்கி?

என்ன லக்கி எதுவும் பேச மாட்டேன்ற?

சரி... உனக்கும் பரிட்சைன்னா பயம் போல.

பரிட்சை எழுதி முடிச்சுட்டு நம்ம பார்ப்போம்.

நான் தூங்கப் போறேன் லக்கி. டாட்டா.

லக்கி! பரிட்சை எழுதி முடிச்சுட்டேன். என்ன ஆச்சு தெரியுமா? கணக்கு பாடத்தில் மட்டும் 5 மதிப்பெண் வாங்கினால் பாஸ். மத்தப் பாடத்திலேலாம் நல்ல மதிப்பெண்.

வீட்ல இது காமிச்சா என்ன சொல்லுவாங்க?

தேர்வில் யாரெல்லாம் தேர்ச்சி அடையலையோ, அவுங்க பெற்றோர்கள வர சொல்லிருக்காங்க லக்கி.

அப்பாவும் பள்ளிக்கு வரணும்.

படித்த கேள்விகள் தவிரப் படிக்காதது மட்டுமே தேர்வில் வருவது எனக்கு மட்டும் தானா?

முதன் முதலில் தோல்வி அடைகிறேன்!

தேர்வறை எனக்கு முட்டாள் என்று பெயர் வாங்கிக் கொடுத்து விட்டது!

என் மதிப்பெண்ணை கண்டு மாணவர்கள் அனைவரும் ஏளனம் செய்கிறார்கள் !

நல்ல மதிப்பெண் பெற்றவர்களிடம் மட்டுமே சகஜமாகப் பேசுகிறார்கள்!

நானும் சக மனிதன் தான் என்பது அவர்களுக்கு தெரியாதது ஏனோ?

இது என்னை தனிமைப் படுத்தியது!

நானும் ரோசினியும் சேர்ந்து உணவு அருந்திய பிறகு, அவளிடம் இருந்து கணக்கு பாடத்தில் உள்ள என் சந்தேகங்கள் யாவும் கேட்டு கற்றுக் கொண்டேன்.

ஏன் படிக்கணும் என்ற கேள்விக்கு, அப்பாவை பள்ளிக்கு வராமல் பார்த்துக்க நான் படிக்கணும் என்ற வெறி என்னுள் கிளம்பியது.

அப்பாவிடம் சென்றேன். மன்னிப்புக் கூறினேன். கையெழுத்து தானே! நான் வரேன் என்றார்.

அவர் என்னை திட்டியிருந்தால் கூட பரவாயில்லை லக்கி. இப்படி ஒரு பதில் அளிப்பார் என்று நான் எதிர்பார்க்கவில்லை.

லக்கி அடுத்த அடுத்தப் பக்கங்கள் திருப்ப...!

அடுத்து என்ன ஆச்சுன்னு உனக்கு தெரியுமா?

சரி...! நான் சொல்றேன் லக்கி...!

அப்பா பள்ளிக்கு வந்தார்.அப்பாவை பார்த்ததும் என் வகுப்பு ஆசிரியர் வணக்கம் தெரிவித்தார்.

என் வாத்தியாரிடம், என் மகளுக்கு அம்மைப் பார்த்ததால் பள்ளிக்கு வர இயலவில்லை. அதனால் அவள் இந்த முறை குறைவான மதிப்பெண் எடுத்து விட்டாள். அடுத்த முறைப் பாருங்க என்று அவரின் சொல்லைக் கேட்ட பிறகு, இன்னும் படிக்க ஆரம்பித்தேன்.

நான் எவ்வளவு கஷ்டப்பட்டு படிச்சேன்னு எனக்கு மட்டும் தான் லக்கி தெரியும்...!

இரவு பகல் பாராது எல்லா நேரங்களிலும் படிக்க ஆரம்பித்தேன்.

அடுத்த தேர்வில், அப்பா பள்ளிக்கு வர தேவைப்படவில்லை.

சரி லக்கி... நீ தூங்கு இப்போ...!

ஆதி குட்டி, அம்மா...! நீங்க ரொம்ப கஷ்டப்பட்டு படிச்சீங்களா?

ஆமாம் கண்ணா...! ஒவ்வொருவருக்கும் ஒவ்வொரு திறமை இருக்கும். எனக்குக் கவிதைகள் எழுதும் திறன் இருக்கு. ஆனா என்னால படிச்சது அப்படியே எழுத முடியாது குட்டி. அதுல இருந்து புரிந்ததை வைத்து தான் நான் எழுத முடியும்.

சரி யாழ் அம்மா...! அப்புறம் என்ன ஆச்சு?

படிக்கிறேன் கண்ணா...!

லக்கி...!

பன்னிரெண்டாம் வகுப்பில், நானும் ரோசினியும் மாற்றி மாற்றி காலையில் கைபேசியில் அழைத்து எழுப்பிப் படிக்க ஆரம்பித்தோம்.

நாங்கள் நல்ல மதிப்பெண் எடுக்க வேண்டும் என்று நான் பிள்ளையாரிடம் வேண்டுவேன். அவள் அல்லாஹ்விடம் வேண்டுவாள்.

பரிட்சைக்கு இன்னும் நான்கு மாதங்கள் தான் இருக்கு என்று அட்டவணை வந்தது.

மாலை சிறப்பு வகுப்புகள் முடிந்த பின், என் வீட்டின் வழியாக செல்லும் பள்ளி பேருந்தில் ஏறியப்பொழுது, அது எமனின் வாகனம் என்று எண்ணவில்லை.

ஆதி குட்டி...! என்னம்மா ஆச்சு?

இதோ... அடுத்தப் பக்கம் திருப்பிப் படிக்கறேன் குட்டி...!

அனைவரும் பேருந்தில் ஏறினோம். என் வீட்டின் பாதி வழி வரை அடைந்தோம். எனக்கு மூச்சு விட சிரமம் ஆக இருக்கிறது என்று என் பின் இருக்கையில் அமர்ந்திருந்த ராஜா என்ற நண்பரிடம் ஜன்னலை சற்று நேரம் திறந்துக் கொள்கிறேன் என்றேன். அவனும் அவனது ஜன்னலை அடைத்தான்.

பிறகு கண் இமைக்கும் நொடியில், உயிர் பயம் கண்டேன். என் பேருந்து மீது, அதுவும் நான் அமர்ந்திருந்த இருக்கைக்கு நேராக காலி ஃபிளவர் லாரி ஒன்று மோதியது. என் இடது புறத்தில் எமனின் வாகனமாக தோன்றியது அந்த லாரி. முன் இருக்கை யாவும் சட சட என என் கால் மீது விழ, என் கால் அவற்றினிடையே மாட்டிக் கொண்டது.

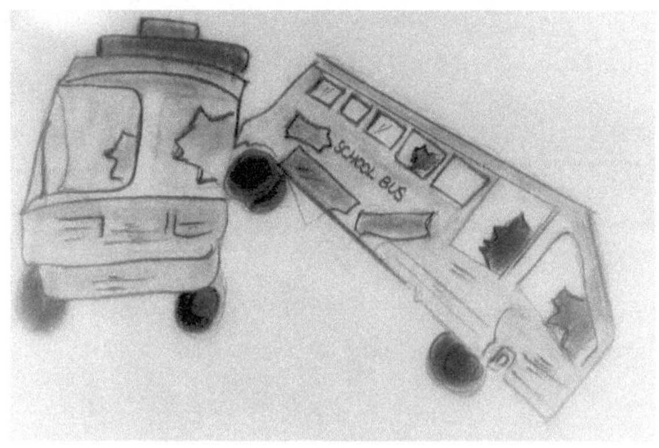

பேருந்தில் வலது புறம் இருந்த பிடி கம்பி என் வயிற்றில் கிழிப்பதை போல வந்தது.

இறைவனிடம் வேண்டினேன்!

இறைவா...!
என் உயிர் மட்டும் போதும்!
பிழைத்துக் கொள்வேன்!
என் ஒரு கால் இல்லை என்றால் கூட!
என்னைக் காப்பாற்று என்று...!

கால் வலியாக, நான் குனிந்துப் பார்த்தேன்.

அம்மா...!
கால் வலிக்குதே...!

நல்லவேளையாக அந்தக் கம்பி என் மீது படாமல் உயிர் தப்பினேன்...!

கத்தினேன்...!

எனக்கு தெரிந்தப் பெயர்களை எல்லாம்...!

நான் மட்டுமே பேருந்தில் இருக்க...!

மற்றவர்கள் எல்லாரும் கீழே இறங்கி விட்டார்கள்...!

என் சத்தத்தைக் கேட்டு, எனக்கு உதவி செய்ய இரண்டு தம்பிகள் வந்தார்கள். கால்களை இழுத்தார்கள். என் காலில் அணிந்திருந்த துணி கிழிந்தது.

என் காலின் சதையும் துணியுடன் சேர்ந்துக் கிழிந்தது.

என் காலை என்னால் உணர முடியவில்லை. என்னால் நடக்க முடியவில்லை. என் இரு கைகளைப் பிடித்து அவ்விருவரும் என்னை கீழே கொண்டு வந்தார்கள்.

"நல்ல மனிதர்கள் மூலமாக தான் நாம் இறைவனை காண முடியும் போல"!

என் அப்பாவின் எண்ணுக்கு அழைத்தார்கள்.

அப்பா, அம்மாவிற்கு அழைத்தார். பாப்பாவின் பேருந்து விபத்து என்று...!

என் அம்மா, என் பேருந்திற்கு அடுத்தப் பேருந்தில் ஊரிலிருந்து வீட்டிற்கு வந்துக் கொண்டிருந்தாள்.

என் பள்ளிப் பேருந்தின் என்னைக் கண்ட என் அம்மா...!

பெண் சிங்கம் போல கத்தினாள். நிறுத்துங்கள்...! இது என் குழந்தை வரும் பள்ளிப் பேருந்து என்று.

வேகமாக இறங்கி ஓடி வந்தாள்...!

கூட்டத்தின் நடுவே இரு கைகளால் காலைப் பிடித்த படி கீழே குனிந்து அமர்ந்திருந்த என்னை கண்டு பிடித்தாள்...!

பாப்பா...

எழுந்திரு என்றாள்...!

எனக்கோ! அது என் அம்மாவின் முகம் என்ற நினைவில்லை...!

முகத்தில் நீர் தெளித்து

என் கையை பிடித்து நிறுத்தி

கால்களை உதற சொன்னாள்...

உதற முயன்றேன். கால் வலி தாங்க முடியவில்லை.

ஆஆஆஆ... என்று கத்தினேன் வலியில்.

ரத்தங்கள் சொட்ட...!

அன்று மாதவிடாய் என்பதால் எது விபத்தின் ரத்தம் என்று என்னை குழப்பம் அடைய வைத்தது.

என் வெள்ளை நிற பள்ளி சீருடை சிகப்பு நிறம் ஆனது.

வலது கையில் கண்ணாடி துண்டு கீறி, ரத்தங்கள் சொட்ட...!

என் உடையில் மட்டும் எண்ணிலடங்கா கண்ணாடி துண்டுகள்...!

ஆம்புலன்ஸ் வந்தது...!

ஆம்புலன்ஸ் டிரைவரிடம்

சத்தத்தை நிறுத்துங்கள் என்றாள்...!

அப்பொழுது கூட அவளின் முகம் எனக்கு நினைவு இல்லை...!

மற்ற குழந்தைகள் அவரவர் வீட்டிற்கு சென்றடைய...!

யாழுக்கு ஒரு கால் துண்டானது என்று ஒரு சிலர் சொன்னார்கள்...!

மற்றொருவர்...

ஒரு காலே காணோம் என்றார்கள்...!

மருத்துவமனை அடைந்தோம்...!

செய்தியில் போடுவதற்கு என்னை ஒரு ஃபோட்டோ எடுக்கிறேன் என்றார்கள்...

என் அப்பா, அதெல்லாம் வேண்டாம்...! என் குழந்தையை ஃபோட்டோ எடுத்தால் அவ்வளவு தான் என்றார்...!

முக்கிய செய்திகளில் என் பேருந்து விபத்துப் பற்றியும் என் பெயரும் சொன்னார்கள்...!

என் பின் இருக்கையில் அமர்ந்திருந்த ராஜா, அவன் ஜன்னலை அடைத்திருந்ததால், அவன் கைகளின் பல இடங்களில் கண்ணாடி துகள்கள் கிழித்துவிட்டது. அதனால் அவன் கையில் பல தையல் போட்டார்கள்.

நல்ல வேளை! எனக்கு ஆனதால் பரவாயில்லை. இதனால் யாழுக்கு தையல் அதிகமாகப் போட வேண்டியதில்லை என்று சந்தோஷம் அடைந்தான்...!

நல்ல நண்பன் வேண்டும் என்று
அந்த மரணமும் நினைக்கின்றதா..!
சிறந்தவன் நீதான் என்று
உன்னை கூட்டிச் செல்ல துடிக்கின்றதா..!

- நா. முத்துக்குமார்

என்னை வீல்சேரில் அமர்த்திய படியே நகர்த்திக் கொண்டுப் போனார்கள்...!

எனக்குள்ளே கால் என்ன ஆனது என்ற குழப்பமும் விபத்தின் பயமும்...!

மருத்துவர் பெற்றோர் எங்கே என்று கேட்டார்கள்...!

பேச முயன்றேன். வாயில் இருந்து சத்தம் வரவில்லை. கனவு இல்லையடா என்று என் கண்களில் இருந்து நீர் வர தொடங்கியது.

என் அம்மா வந்தாள்...!

நான் தான் இவளின் அம்மா என்றாள்...!

தேவதைப் போல் என்னைக் காப்பாற்ற வந்தவள்...!

மறு ஜென்மம் அடைந்ததுப் போல உணர்ந்தேன்...!

என் மறுஜென்மத்திலும் அவளின் மடியில்

மீண்டும் குழந்தையாக...!

எனக்கு எல்லா நேரங்களிலும் அவளுடைய உதவி தேவைப்பட்டது...!

மூன்று மாதங்கள் நடக்க கூடாது என்றார்கள்...!

அதன் பிறகு? என்று கேட்டாள்...!

அதன் பிறகு அவளே நடக்கலாம் என்றார்கள்...!

என் அம்மாவின் முகத்தில் பிரகாசம் பிரகாசித்தது...!

இந்த செய்தியை கேட்ட என் தம்பி, அலமாரியில் வைத்திருந்த பணத்தை எல்லாம் ஒரு பையில் போட்டுக் கொண்டு லக்கு மாமாவிடம் விபத்தைப் பற்றி சொன்னான்.

இருவரும் என்னைக் காண வந்தார்கள்...!

தம்பி என்னைக் கண்டு அழுதான்...!

நான் தைரியமாக இருந்தேன்...!

மருத்துவரிடம் வீட்டிற்கு செல்லணும் என்றேன்...!

அவரும் ஒப்புக் கொண்டார்...!

லக்கி...! மழை துளிகள் ஜன்னலின் வழியே விழ...!

என்ன லக்கி... நீ கூட அழற பார்த்தியா?

ஒண்ணும் இல்ல டா லக்கி... சரி ஆயிடும்.

ஆதி குட்டி : அம்மா கால் வலிச்சுதா? ரொம்ப...?

இல்ல கண்ணா...!

இங்க பாரு....அம்மா கால்...

அச்சோ....! வலிக்குதா... இருங்க அம்மா... நான் தேங்காய் எண்ணெய் எடுத்துட்டு வந்துக் காயத்துக்கு வைக்கிறேன். சரி ஆயிடும்...

நீ ஒண்ணும் கவலப்படாத ம்மா...!

சரி குட்டி...!.

அம்மா...! அப்புறம் என்ன ஆச்சு?

இதோ....!

அன்று சங்கடஹர சதுர்த்தி...

வீட்டின் அருகில் உள்ள கோவிலில் பூஜை நடக்க, எல்லோரும் என்னை நலம் விசாரிக்க வீட்டிற்குப் படை எடுத்து வந்தார்கள்.

3. உணர்வுகள் பல விதம்

வீட்டின் அருகில் உள்ள கோவிலில் பூஜை நடக்க, எல்லோரும் என்னை நலம் விசாரிக்க வீட்டிற்குப் படையெடுத்து வந்தார்கள்.

அம்மா என் கையை பிடிச்சுக்கிட்டு நின்னாங்க. தங்க அத்தை திரிஷ்டி சுத்திப் போட்டாங்க. வீட்டுக்குள்ள போன உடனே அப்பாடி வீட்டுக்கு வந்துட்டோம்ணு தோனுச்சு லக்கி. அப்போ எனக்கு உயிரோட இருக்கிறதே பெரிய விஷயமா தெரியுது.

எனக்கு எந்த வலியும் இல்ல! நான் நல்லா இருக்கேன்னு நினைச்சாலும் என்னப் பார்க்க வரவுங்க என்னோட வலிய நியாபகப்படுத்திட்டே இருந்தாங்க.

லக்கி...! என்னை மூன்று மாதங்களுக்கு எங்கையும் போக கூடாதுன்னு மருத்துவர் சொல்லியிருக்கார்.

நான் என்ன பண்ணுவேன்னு யோசிக்கறதுக்குள்ள அப்பா புதுப் பட கேசட் எல்லாம் வாங்கிட்டு வந்துட்டார். நான் ஒவ்வொருப் படம் பார்க்க பார்க்க அடுத்தப் படம், அப்புறம் புத்தகம் படிக்கலாம்ன்னு. அலமாரிக்கு சென்று பார்த்தேன். எல்லா புத்தகங்களும் பல முறை படித்த புத்தகங்கள்.

"ஒரு புத்தகத்தை தொடுகிறப் போது ஒரு அனுபவத்தை தொடுகிறாய்"

- நா.முத்துக்குமார்

அப்பா, ப்ளீஸ்! இந்த புத்தகத்தை படிக்காதீங்க, அக்னிச் சிறகுகள் புத்தகங்கள வாங்கி கொடுத்தாரு.

லக்கி...! நீ மட்டும் ம்ம்ம்... ன்னு சொல்லு. நான் தினம் படிச்சுட்டு உனக்கு இந்த கதை எல்லாம் சொல்றேன்.

ஹா ஹா. சும்மா சொன்னேன்.

சரி லக்கி... எனக்கு தூக்கம் வருது. நான் புத்தகம் எல்லாம் படிச்சுட்டு அப்புறம் உன்கிட்ட வந்து சொல்றேன்.

ஆதி குட்டி, அம்மா! நீங்க அப்துல் கலாம் ஐயாவ பார்த்திருக்கீங்களா?

கண்ணா...! எனக்கு 2008 ல அவர பார்க்கறதுக்கான வாய்ப்பு கிடைச்சது. அவர்கிட்ட கையெழுத்து வாங்கி, ஆசீர்வாதம் வாங்கிருக்கேன். அவர் என் கண்ணுக்கு தெய்வமாக தெரிஞ்சாரு...

அருமைங்க அம்மா...! அந்த புத்தகங்கள் லாம் படிச்சு முடிக்க எவ்வளவு மாதம் ஆச்சு?

ம்ம்ம்... ஒரு மூன்று மாதங்கள் கண்ணா.

ஏன் அவ்வளவு நாள் படிச்சீங்க?

இல்ல எனக்கு வலி தெரியாமல் இருக்க மாத்திரை அதிகமா கொடுத்தாங்க. அது சாப்பிட்டானால தூக்கமா வந்துச்சு... அது தான் குட்டி...

சரிங்க அம்மா... அடுத்து என்னன்னு பார்ப்போமா?

சரி குட்டி...!

லக்கி... நல்லா இருக்கியா டா? நான் நல்லா இருக்கேன். கால் இப்போ பரவாயில்லை. இருந்தாலும் கட்டுப் போடாமல் நடக்க முடியல.

பள்ளிக்கூடம் போக ஆரம்பிக்கலாம்ன்னு இருக்கேன். வீட்லயே இருக்க முடியல. அது தான். இருந்தாலும் எனக்கு அந்த பயம் மட்டும் சரி ஆகல. பள்ளி பேருந்துல வேண்டாம். அப்பாவ கூப்பிட்டு வந்து விட சொல்லியிருக்கேன் டா. எனக்கு லாரிய நினைச்சாலே எமன நினைக்குற மாதிரி இருக்கு.

பள்ளிப் பேருந்து எண் 27, இப்போ நினைச்சாலும் எனக்கு கை நடுங்குது. உனக்கு ஒண்ணு தெரியுமா லக்கி? நான் உட்கார்ந்துட்டு இருந்த பேருந்துல வலது பக்க ஜன்னல் எல்லாம் உடஞ்சிருச்சு. கீழ அப்படியே பார்த்தேன் லக்கி. தரை தான் தெரிந்தது. உயிரோட இருந்தால் போதும்ன்னு சாமி கிட்ட வேண்டிக்கிட்டேன்

எப்படியோ தப்பிச்ச மாதிரி. .

நீட் தேர்வு எழுத முடியாமல் தேர்வு முடிவுகள் வெளிய வந்தப் பிறகு எத்தனை பேர் தற்கொலை முயற்சி பண்றாங்க? எனக்கு அவுங்க மேல லாம் கோபம் வருது லக்கி.

வாழ்க்கை வாழ்வதற்கே!

வாழ்க்கை எவ்வளவு அழகானது. அது எப்படியெல்லாம் வாழணும் ன்னு ஒவ்வொரு நொடியும் ரசிச்சு வாழணும் டா.

என்ன ஆனாலும் என்ன நடந்தாலும் நம்ம வாழ்ந்து காமிக்கணும்.

நான் பேசுறது லாம் உனக்குப் புரியுதா லக்கி?

லக்கி காற்றில் சட சட வென ஆடவே...!

புரியுதா?

நீ கெட்டிக்காரன் டா.

நாளைக்குப் பார்ப்போம் லக்கி. நீ பத்ரமா தூங்கு.

ஹாய் லக்கி!

இன்னிக்குப் பள்ளிக்கூடம் போனேன். போன அப்போ என்னைப் பார்த்துட்டு என் பைகளை தூக்கிட்டுப் போக மூன்று நான்குப் பேர் வந்தாங்க. என்னைப் பார்த்து நடந்தா போதும், பைகளை நாங்க எடுத்துக்கிட்டு வரோம்ன்னு சொன்னாங்க. எனக்கு ரொம்ப சந்தோசம். ரோசினி என் கையை பிடித்துக் கொண்டாள். மூன்று மாடிகள் ஏறனும். எதுக்கு வலியோட வந்தேன்னு திட்னா. பரவாயில்ல. வீட்லயே இருந்தா நோயாளி மாதிரி உணர்வு தருது ன்னு சொல்லி கொண்டே இருவரும் வகுப்பறைக்குப் போனோம்.

அப்பாவிடம் இனி நான் பள்ளிப் பேருந்திலயே வரேன் என்று சொல்லி என் தைரியத்தைக் கொஞ்சம் கொஞ்சமாக வளர்த்துக் கொண்டேன்.

லேப் தேர்வுகளின் தேதிகளை அறிவித்தார்கள். அதற்குப் படிக்க வேண்டும் டா லக்கி. நான் தேர்வு

முடிச்சுட்டு உன்னை வந்து பார்க்கறேன். அது வரை நீ பத்ரமா தூங்கு. டாட்டா.

லக்கி...!

லேப் தேர்வுகள் முடிந்தது. நல்லா பண்ணிட்டேன்.

அடுத்துப் பொது தேர்வு இருக்கு. நல்லா பண்ணுவேன்னு நம்பிக்கை வந்துருச்சு. நான் முதல் மதிப்பெண் வாங்கலெண்ணா கூடப் பரவாயில்லை. தோல்வி அடையக் கூடாது. என் ஆசைகளே எப்பொழுதும் சின்னதா தான் இருக்கும். எனக்கு ஆல் தி பெஸ்ட் சொல்லு லக்கி.

டைரி காற்றில் ஆட...!

நன்றி லக்கி! டாட்டா...!

நான் பரிட்சை முடிச்சுட்டு உன்னைப் பார்க்கறேன். மயில் குட்டி போட்டுச்சு போல. குட்டி மயிலயும் நீ பத்ரமா பார்த்துக்கோ. நான் அரிசி வைக்கிறேன்.

ஆதி குட்டி : அம்மா மயில் டைரியில எப்படி குட்டி போடும்?

அதுவா குட்டி! நான் உன் டைரில வைக்கிறேன். அது குட்டிப் போட்டுற அப்போ பாரு தங்கம்.

ம்ம்ம் ... சரிங்க ம்மா. அப்புறம் என்ன ஆச்சு?

பார்க்கலாமா?

லக்கி காற்றில் அடுத்தப் பக்கத்தை திருப்ப...!

ஹாய் லக்கி...!

பரிட்சை எழுதி முடிச்சுட்டேன். நான் தேர்ச்சி பெற்றுவேன்னு நம்பிக்கை வந்துருச்சு. நாளைக்கு தேர்வு முடிவுகள் வெளியிடுறாங்க. நீயும் எனக்காக சாமி கிட்ட வேண்டிக்கோ. நானும் வேண்டிக்கிறேன்.

லக்கி காற்றில் ஆட...!

நன்றி லக்கி...!

நாளைக்கு உன்கிட்ட பேசறேன் டா. இன்னிக்கு தூக்கம் வருது.

நீ தூங்கு!

ஹேய் லக்கி...!

பரிட்சை எழுதி முடிச்சுட்டுப் பதினைந்து நாட்கள் எப்படி கட கடன்னு போச்சுன்னு தெரியில டா. ஆனா மத்த நாளெல்லாம் பொறுமையா தானே போகுது.

லக்கி காற்றில் ஆட...!

என்னடா சிரிக்கரியா?

சரி...!

ஒரு சந்தோஷமான விஷயம்...!

நான் தேர்ச்சி ஆகிட்டேன் டா. நான் எதிர்பார்த்த மதிப்பென் விட அதிகமா வாங்கிட்டேன். எனக்கு இது போதும்.

அப்பாவும் அம்மாவும் இன்னும் பத்து மதிப்பெண் வாங்கியிருந்தா நல்லா இருக்கும் ன்னு சொன்னாங்க. ரோசினியும் நல்ல மதிப்பெண் வாங்கிட்டா.

அடுத்துப் பொறியியல் படிக்கலாம் ன்னு முடிவுப் பண்ணிருக்கேன். கணினி படிச்சா நல்லா இருக்கும் ன்னு அண்ணா சொன்னாங்க.

நான் எந்த கல்லூரியில் படிக்கறதுன்னு குழப்பமா இருக்கு. நான் முடிவுப் பண்ண அப்புறமா உன் கிட்டயும் சொல்றேன்.

ஆதி குட்டி, இட்லி சாப்பிட்டுவிட்டு தூங்கு கண்ணா.

நாளை ஞாயிற்று கிழமை விடுமுறை தானே. நாளைக்கு லக்கிய பார்ப்போம்.

அம்மா...! நீங்களும் என் கூட இப்போவே தூங்குங்க. ப்ளீஸ்...!

சரி குட்டி தூங்குவோமா!?

4.   தொப்புள் கொடி உறவு

*அ*ம்மா, நான் எழுந்துட்டேன்.

பால் கொண்டு வாங்க. நம்ம லக்கிய பார்க்கணும்.

ஆதி கண்ணா! ரெண்டு நிமிஷம் டா. அம்மா கொஞ்ச நேரம் தூங்கிட்டு எழுந்தறேன்.

ம்ம்ம் மா...!

அப்பாவ எழுப்பட்டுமா?

நானே எழுந்துட்டேன் குட்டி...!

இரு... அம்மா பால் ஆத்திக் கொண்டு வரேன்.

ம்ம்ம் மா...!

ஆதி குட்டி, குடு குடு என ஓடிப் போய் லக்கிய எடுத்தான்.

என்ன டா...! காலையிலயே அம்மாவும் பையனும் ஆரம்பிச்சாச்சா?

ஆமாம் பா...!

நீங்க தூங்கப் போங்க பா. நீங்க ஏதாச்சும் சொன்னா அம்மா லக்கிய என்கிட்ட அப்புறம் காமிக்க மாட்டாங்க...!

ஓ...! சரி...நண்டு!
ஆதி குட்டி...! இந்தாங்க. பால்...!
அம்மா... நான் உங்க மடியில உட்கார்ந்துட்டே தான் குடிப்பேன்.

சரி குட்டி...!

பார்த்திங்களா? நானே லக்கிய கொண்டு வந்துட்டேன்...!

ஆதி குட்டிக்கு கை தட்லாமா!!!

அம்மா...! எனக்கு உங்கள தான் ரொம்ப பிடிக்கும்...!

யாழ் சிரித்துக் கொண்டே ரசிக்கறாள்.

சரி ம்மா லக்கிய பார்க்கலாமா?

சரி தங்கம்....!

ஹாய் லக்கி...!

நல்லா இருக்கியா?

நான் உன்கிட்ட ஒண்ணு சொல்லணும்.

கோயம்புத்தூர்ல ஒரு கல்லூரி இருக்கு. அங்க கணினிப் பொறியியல் படிக்கலாம் ன்னு இருக்கேன் டா.

ஆனா எல்லாமே புதுசு. எல்லாருமே புதுசு. எப்படி இருக்கும் ன்னு நீ நினைச்சு பாரேன். அங்கப் போயிட்டு நண்பர்கள கண்டுபிடிக்கணும்.

"நல்ல நண்பர்கள் கிடைப்பது எவ்வளவு கடினம் என்பது

நண்பர்களை அவ்வப்போது பிரிந்து இருப்பவர்களுக்கு மட்டுமே தெரியும்!

ஆண்கள் எப்போதுமே நண்பர்களை விட்டுப் பிரிந்து இருப்பதுப் போல் உணர மாட்டார்கள்...!

ஆனால் பெண்களுக்கு நண்பர்கள் கிடைப்பதே பெரிய விஷயம்...!

கிடைத்தாலும் கடைசி வரை அவர்களால் தொடர முடியுமா என்பதே கேள்விக்குறி?

சூழ்நிலைகளாலும் விதியினாலும் பெண்களுக்கு நிலையான நண்பர்கள் அமைவதே இல்லை...! "

காற்றும் மழையும் வேகமாக வர...!

லக்கி மீது சாரல் துளிகள் பட...!

என்ன லக்கி? நீ அழறியா டா? ஒண்ணு மட்டும் நியாபகம் வெச்சுக்கிட்டா கவலையே இல்லை. இங்க யாரும் யாருக் கூடவும் நிரந்தரமா இருக்க முடியாது. ஒரு குறிப்பிட்டக் காலத்துக்கப்பறம் எல்லாரும் அவுங்க அவுங்க பாதையில போயிடுவாங்க.

சரி லக்கி...! நீ அழாத...!

நான் அண்ணா பல்கலைக்கழகம் பொறியியல் கலந்தாய்வுக்கு சென்னைப் போகணும். இன்னும் எந்த தேதில நான் போகணும் ன்னு தெரியில டா. எனக்கு தெரிஞ்ச உடனே உன்கிட்ட சொல்றேன். என்ன டா...! மயில் மறுபடியும் குட்டிப் போட்ருச்சு. நீ மயில் அம்மாவ பார்த்துக்கோ. நான் குட்டி மயில பார்த்துக்கறேன்.

நீ தூங்கு லக்கி...!

ஆதி குட்டி: அம்மா...! இங்க பாருங்க. என் மயில் நிறைய குட்டிப் போட்ருக்கு.

ஆமாம் டா குட்டி. யேய்ய்ய்ய். கை தட்லாமா ஆதி குட்டிக்கு.

ஆதி குட்டி வெட்கத்துடன் சிரிக்க...!

சரி குட்டி... வாங்க...!

அம்மா...! அடுத்து என்ன ஆச்சுன்னு லக்கி கிட்ட கேட்கலாமா?

ம்ம்ம்... கேட்கலாம் குட்டி...!

டேய் லக்கி...!

நாளைக்கு நான் சென்னைக்குப் போகணும் ரயில்ல. அதுவும் அப்பா கூட. ரொம்ப சந்தோசமா இருக்கு டா. அப்பாவ எப்பப் பார்த்தாலும் ரொம்ப வேகமா எப்பையும் அவர் வேலை வேலை வேலை ன்னு இருக்காரு. ஒரு நாள் எங்கக் கூட அவர் மத்த அப்பா மாதிரி விளையாடணும்ன்னு நான் நிறைய முறை நினைச்சிருக்கேன், ஏங்கிருக்கேன். அவர் வேலை அப்படின்னு எங்கக் கூட அவர் செலவு பண்ற ஒவ்வொரு நிமிடமும் நான் பொக்கிஷமா நினைச்சுக்குவேன். நான் சென்னைப் போயிட்டு வந்து உன்கிட்டப் பேசறேன் லக்கி.

ஹாய் லக்கி...!

நல்லா இருக்கியா டா?

உன்னப் பார்த்து இரண்டு நாள் ஆச்சு டா. சென்னைக்குப் போனோமா. போயிட்டு அங்க அண்ணா பல்கலை கழகம் முழுக்க அவ்வளவுக்

கூட்டம். நல்லவேளை! அண்ணா என் கூட வந்தாங்க. நான் அண்ணா அப்பா கூடப் போயி எனக்குப் பிடிச்ச ஊர்ல எனக்குப் பிடிச்ச கல்லூரிய தேர்வு செய்துட்டேன்.

லக்கி காற்றில் இங்கும் அங்குமாக ஆட...!

என்ன லக்கி?

அண்ணா ன்னா யாருன்னு கேட்கறியா? கூடப் பிறந்தால் தான் அண்ணான்னு இல்ல. என் பெரியம்மா பையன். எங்க பெரியம்மான்னா எனக்கு அவ்வளவுப் பிடிக்கும்.

"எவ்வளவு கஷ்டங்கள் வந்தாலும் சிரிச்சுக்கிட்டே இருக்கற தேவதை"...!

அவுங்கள மாதிரி எல்லாருமே இருந்தால் வாழ்க்கை அவ்வளவு அழகா இருக்கும்.

விடுமுறை நாட்களில் நான் அதிகமா அங்க தான் இருப்பேன். ஊர்ல வீட்டை சுத்தி தோட்டம். இரவில் தவளை சத்தமும், ஆந்தை சத்தமும் அங்கும் இங்கும் கேட்கும். காலையில கயித்து கட்டில் போட்டு வீட்டை விட்டு வெளியே தூங்குறதுனால வெயில் சுளிர்ன்னு அடிக்கும்.

தினமும் சுப்பு தாத்தா மூஞ்சில தான் எழுந்திருப்பேன். அண்ணா சட்டையை போட்டுக்கிட்டு அண்ணா ரசம் சாதம் சாப்பிடற அழகைப் பார்த்து ரசிப்பேன். ஆலகொட்டாய் போட்ருப்பாங்க. அதுல கரும்பு பால், நாட்டு சக்கரை, வெள்ளம் ன்னு எல்லாமே பண்ணுவாங்க. அங்க வேலை செய்யற மாமா, ஒரு நாள்

எலி கறி செஞ்சு எனக்கும் தந்தாரு. எலி பாவம் ல லக்கி. எனக்கு வேண்டாம்னு சொல்லிட்டேன். ஆடு மாடு கோழி ன்னு எல்லாமே இருக்கும். உன்னையும் ஒரு நாள் கூப்பிட்டுப் போறேன் லக்கி...!

ஆதி குட்டி...!

அம்மா...!

நான்னு...!

உன்னை கூப்பிட்டு போயிருக்கேன் குட்டி. சரி பரவாயில்லை. அடுத்த வாட்டி ஊருக்குப் போகற அப்போ போலாம். சரியா?

அம்மா...! ப்ராமிஸ்?

ப்ராமிஸ் தங்கம்.....!

5. எதிர்பாராத திருப்பம்

அம்மாச்சி ஊர் எந்தளவுக்கு நெருக்கமானது என்று அனுபவித்தவர்களுக்கு மட்டுமே தெரியும்...!

அண்ணா, மாமா, பெரியம்மா, அம்மாச்சி, தாத்தா என ஒரு வீட்டில் மட்டுமே பத்து பேர்...!

கூட்டாஞ்சோறு உண்டு!

கரும்பு பால் குடிச்சு!

இளநீர் அருந்தி!

நொங்கு தின்று!

நொங்கு வண்டியில் விளையாடி!

பாசங்களை அளவில்லாது அள்ளி தர...!

கிணற்றின் அருகில் இருக்கும் தொட்டியில் நீச்சல் கற்றுக் கொள்ள இறங்கி

நாங்கள் தொட்டியில் இருப்பதைக் கண்டு எங்களை வெளியே வர சொல்லிக் குச்சியை எடுத்துக் கொண்டு மாமா மிரட்டும் பொழுது

நான் இல்லை!

இவன் தான்...!

நான் இல்லை!

இவள் தான் என்று விரலை காட்டும் நாங்கள்...!

என்றுமே மறக்க முடியாத நினைவுகள் மீண்டும் நினைவுக்கு வருகிறது...!

நித்தம் நித்தம் நினைவுகள்...!

ஹாய் லக்கி...!

நாளை கல்லூரிக்குப் போகணும். எனக்கு ரொம்ப சந்தோசமா இருக்கு, ஆனா வீட்ட விட்டுப் போறோம்ன்னு வருத்தமாவும் இருக்கு. புது ஊரு, பிடித்த ஊர் என்றாலும் கொஞ்சம் பதட்டம் இருக்கு. என்னப் பண்றது டா? வாழ்க்கையோட அடுத்தக் கட்டத்திற்கு நகர்ந்து கிட்டே தான இருக்கணும்.

சரி டா. நீ போய் தூங்கு. நான் கல்லூரிக்குப் போயிட்டு உன்கிட்டப் பேசறேன்.

லக்கி காற்றில் ஆட...!

என்ன டா? உன்னைக் கூப்பிட்டுப் போக மாட்டேன்னு பயந்துட்டியா? பயப்படாத டா. நீ இல்லாம எப்படி லக்கி? சரி மயிலையும் உன்கிட்டயே வெச்சுக்கலாம். நீ இப்போ தூங்கு. நம்ம நாளைக்குப் பார்ப்போம்.

டாட்டா லக்கி...!

நான் லக்கிய பார்த்து ரசித்தபடியே வாசித்துக் கொண்டிருந்த பொழுது ஆதி குட்டி என்னைக் கண் சிமிட்டாமல் பார்த்துகொண்டு இருந்தான்.

என்ன டா கண்ணா என்று அவனிடம் கேட்க, உனக்கு விடுதியில தங்க பயம் இல்லையா அம்மா என்று கேள்வி எழுப்பினான்.

இல்லை கண்ணா. எனக்குப் பழகிருச்சு. என்ன வித்தியாசம்ன்னா பள்ளி விடுதியில் இருந்த அப்போ, ஒரே ஊரு. இப்போ வேற ஊரு. அவ்வளவு தான். மத்தபடி ஒண்ணும் இல்ல. அம்மா...ரொம்ப தைரியசாலிடா...!

ஆதி குட்டி, நானும் தைரியசாலி அம்மா...!

ஹாஹா... சரி கண்ணா...!

அம்மா! இப்போ எதுக்கு சிரிக்கறீங்க?

இல்ல கண்ணா...!

அம்மா எப்பையுமே சந்தோஷமா இருப்பேன். உன்னைப் பார்த்தா இன்னும் அதிகமா சந்தோஷமா இருப்பேன்.

நீ எப்பையுமே சந்தோஷமா இருக்கணும் அம்மா. எப்பவும் கோப படக்கூடாது. சரியா?

சரி குட்டி...!

சரி...! அடுத்து என்ன ஆச்சுன்னு பார்க்கலாம் ம்மா...!

சரி செல்லம்...!

லக்கி...!

கோயம்புத்தூர் மண் வாசனை...!

அந்த மண்ணை தாண்டின உடனே...!

சில்லென்று காற்று...!

முகமே புத்துணர்ச்சி அடைஞ்ச மாதிரி மனதுக்குள் தோணுது...!

அப்புறம்...!

கொங்கு தமிழ்...!

அரிசிம்பருப்பு சாதம்...!

ஓட்டுக்கா போலாம் ன்னு இங்கே யாராச்சும் சொல்ற அப்போ நம்ம ஊர்ல இருக்கிற மாதிரியே இருக்கு...!

ரொம்ப சந்தோசமா இருக்கு லக்கி...!

அம்மாவும் மாமாவும் கொண்டு வந்து என்னை இங்க விட்டுட்டுப் போனாங்க.

என்னோட விடுதி அறை எண்: 108

நம்ம அறைல எட்டு பேரு. இதுல என்கிட்ட நல்லா பேசினவங்க, வெண்பா, நித்யா.

நான் மேல் கட்டில். வெண்பா, எனக்கு கீழ் கட்டில்.

சாப்பிடும் இடம், இங்க இருந்து கீழே இறங்கினோம்ன்னாவே இருக்கு டா.

எனக்கு கல்லூரி ரொம்ப பிடிச்சிருக்கு. நல்ல ஆசிரியர்கள், மலையாளம், தமிழ் ன்னு எல்லோரும் இருக்கோம். சாதிய பத்தி யோசிக்காம பழகற காலம் ல

லக்கி. நல்ல வேளை. பெரியார் லாம் இல்லைன்னா அவ்வளவு தான்.

இங்க மொழிக்கே இடம் இல்லை. மலையாளம் பேசறவுங்க தமிழ் பேச முயற்சி செய்யறாங்க. தமிழ் பேசறவங்க, மலையாளம் பேச முயற்சி செய்யறோம். நம்ம தமிழர்கள்ல. சாப்பிட்டியா ன்றத முதல்ல கத்துக்கிட்டேன். எனக்கு நாளைக்கு பிறந்த நாள். நீ எனக்கு பிறந்த நாள் வாழ்த்துக்கள் சொல்லு...!

லக்கி படபட வென காற்றில் ஆட...!

நன்றி டா...!

நாளைக்குப் பார்ப்போம்...!

ஆதி குட்டி...!

அம்மா கேக்....!

எனக்கும் இன்னிக்கு பிறந்த நாள்... கேக் வேணும்...

சரி குட்டி... வாங்கிக்கலாம்...!

எனக்கு ஒன்னு, ரெண்டு, மூனு, நாலு, அஞ்சு கேக் வேணும்.

சரி கண்ணா...! அம்மா வாங்கி தரேன் டா.

ம்ம்ம மா...!

லக்கி...

இன்னிக்கு என் வகுப்பறையில் இருக்கும் எல்லோருக்கும், மிட்டாய்கள் கொடுத்தேன், என் பிறந்தநாள் என்று. எல்லோரின் பெயர்களும் ஓரளவு தெரிந்து கொண்டேன். நாங்கள் ஒரு குழுவாக இணைந்தோம். நான், நித்யா, திரு, வினோத், பார்த்திபன், தீரன் இன்னிக்கு மாலையில் கேண்டீன் போனோம். அவுங்களுக்கும் என் பிறந்தநாள் ட்ரீட் என்ற பெயரில் ஒருவரை ஒருவர் புரிந்து கொள்ள வாய்ப்பு கிடைத்தது.

என் கண்களை மூடினாள் நித்யா. அவளின் கை கடிகாரத்தின் உதவியால் அவள் தான் நித்யா என்று தெரிந்து கொண்டேன்.

கேக்கை என் கண் முன் வைத்தார்கள். பள்ளியில் இந்த மாதிரி நண்பர்களுடன் கேக் வெட்டும் வாய்ப்பு எப்போதும் கிடைத்ததில்லை. மகிழ்ச்சியில் கண்களில் கண்ணீர் வழிய, மனதார நன்றி தெரிவித்து அவர்களுடன் மகிழ்ச்சியாக கேக் சாப்பிட்டு விட்டு, எங்கள் அறைக்கு சென்றோம்.

எங்களுக்காக வெண்பா காத்து கொண்டு இருந்தாள் எப்போ வருவோம் என்று.

திடீரென கண்களை மூடினாள் வெண்பா. என்ன ஆச்சு என்றேன். இனிய பிறந்தநாள் வாழ்த்துக்கள் என்றபடி வெண்பா ஒரு கேக் எடுத்து வந்தாள். நாவில் எந்த வார்த்தைகள் வரவில்லை. மகிழ்ச்சியில் நான் வானத்தில் பறக்க, நன்றி சொல்லியபடியே கேக் வெட்டினேன். எல்லோருக்கும் அழகாக கேக்கைப் பங்குப் போட்டு நித்யா கொடுத்தாள். ஒவ்வொருவரும் எனக்குப் பிறந்த நாள் பரிசு அளித்தார்கள்.

கேக் பெரிய ஆச்சரியம் என்றால், பரிசுகள் அதற்கு மேல் பெரிய ஆச்சரியமாக இருந்தது.

எல்லா பரிசுகளும் பிரித்துப் பார்த்து நன்றி தெரிவித்தேன்.

நாளை காலை கல்லூரிக்கு நேரமா கிளம்பிப் போகணும். ஏனா மெஸ்ல சாப்பாடு தீர்ந்துருமாம். சீக்கிரம் கிளம்பி சாப்பிட்டுப் போகணும்.

நான் ரொம்ப சந்தோசமா இருக்கேன் லக்கி. இதே போல எல்லோரும் என்கிட்ட இப்படியே இருக்கணும்.

தூங்கப் போறேன் லக்கி...டாட்டா...! நீயும் தூங்கு...

அம்மா...! அப்போ ரெண்டு கேக் ஆ?

ஆமாம் குட்டி...!

உனக்கு ஜாலி யா இருந்துச்சா ம்மா?

நான் ரொம்ப சந்தோசமா இருந்தேன் டா. அவ்வளவு ஆச்சரியம்...!

ஆச்சரியம் ன்னா? சர்ப்ரைஸா?

ஆமாம் குட்டி...!

ம்ம்ம் மா...!

இதோ...அப்பா வாங்கிட்டு வந்த கேக் சாப்பிட்டே நம்ம லக்கிய பார்க்கலாம் மா.

சரி குட்டி...!

நீங்கள் ஆஆஆஆ...ன்னு காமிப்பிங்களாம். நான் ஊட்டி விடுவேனாம்...

ஆஆஆஆஆ...

ம்ம்ம்ம்.... மா...

சரி லக்கிய பார்க்கலாமா அம்மா?

ஹாய் டா லக்கி...!

இன்னிக்கு காலையில நேரமா எழுந்து, ஹீட்டர் ராட்ல சுடு தண்ணீ போட்டு குளிச்சு கிளம்பரதுக்குள்ள நித்யா வெண்பா ரெண்டு பேருமே கிளம்பிட்டாங்க. வெண்பா எனக்கு தலை முடி சீவ, நித்யா எனக்கு கண் மை இட்டாள். நான் ரொம்ப அழகா தெரிஞ்சேன் லக்கி. என் கண்ணே பட்டுடும் போல இருக்குன்னு நித்யா எனக்கு திரிஷ்டி சொடக்கு எடுத்தாள்.

மெஸ் ல பொங்கல். பொங்கலின் நண்பன் வடை. அவர்கள் கூடவே அன்பான சாம்பாரும், சாம்பாரின் காதலியான சட்னியும். மனதார சாப்பிட்டுவிட்டு கிளம்பினோம்.

கல்லூரி அறைக்குப் போன பிறகு என் கைபேசிக்கு ஒரு புது எண்ணில் இருந்து குறுந்தகவல் வந்தது. யாரென்று பார்த்தேன், என் வகுப்பில் இருக்கும் பரணி.

என்கிட்ட கேட்காமல் எப்படி என் கைபேசி என் எடுத்தன்னு நான் அவன் கைபேசிப் புடிங்கி என் எண்ணை நீக்கினேன். உனக்கு வேணும்ன்னா நீ என்கிட்ட

கேட்ருக்கணும் ன்னு கோபமா சொல்லி என் இருக்கையில் அமர்ந்தேன்.

அவன் எதுவும் பேசவில்லை லக்கி...!

பிறகு மதியம் உணவு சோறும் மீன் குழம்பும். அவர்களை செல்லமாக கொஞ்சுவதற்கு அப்பளம் வந்தார்கள்.

நல்லபடியாக உணவு அருந்திவிட்டு கல்லூரிக்கு சென்றோம். மதியம் ப்ரீத்தி மேம் வந்தார். நீங்கள் இப்பொழுது லைப்ரரி போகணும். நான் கூப்பிட்டுப் போகிறேன் என்றார். நாங்கள் எல்லோரும் லைப்ரரி போக தயார் ஆனோம். லைப்ரரி சென்று வந்தப் பிறகு என் கைப்பேசியை காணோம். எல்லா பக்கங்களிலும் தேடினேன். லைப்ரரி முடிந்தப் பிறகு பீட்டி பீரியட். எல்லோரும் மைதானத்தில் விளையாட சென்றார்கள். அங்கே யாராவது என் கைப்பேசியை பார்த்தார்களா என்று எல்லோரிடமும் கேட்டேன்.

எல்லோரும் இல்லை என்றார்கள்.

கடவுளிடம் சண்டை இட ஆரம்பித்தேன்...!

என் அப்பா எனக்காக ஆசையா வாங்கி தந்த முதல் கைப்பேசி...!

அதை வாங்குவதற்கு அவர் எவ்வளவு கஷ்டப்பட்ருப்பார்...!

தினமும் கல்லூரியில் மணி அடித்தப் பிறகு அவருக்கு நான் அழைத்துப் பேசுவேன்...!

ஏன் எனக்கு மட்டும் இப்படி?

என் நண்பர்களும் என்னுடன் சேர்ந்து தேட ஆரம்பித்தார்கள். நாங்கள் எல்லோரும் மீண்டும் வகுப்பறைக்கு சென்றோம். என் நண்பன் திரு, எப்படியாவது கண்டுபிடிச்சுரலாம் அழாத என்றான்.

எப்படி அழாமல் இருப்பது?

திரு, வினோத், பார்த்தி, தீரன் அவர்களின் நண்பர்களோடு விடுதி முழுவதுமாக கைப்பேசியை தேடினார்கள். கல்லூரி அருகில் இருக்கும் கைப்பேசி கடையில் என் கைப்பேசி இருக்கிறதா என்று தேட ஆரம்பித்தார்கள்.

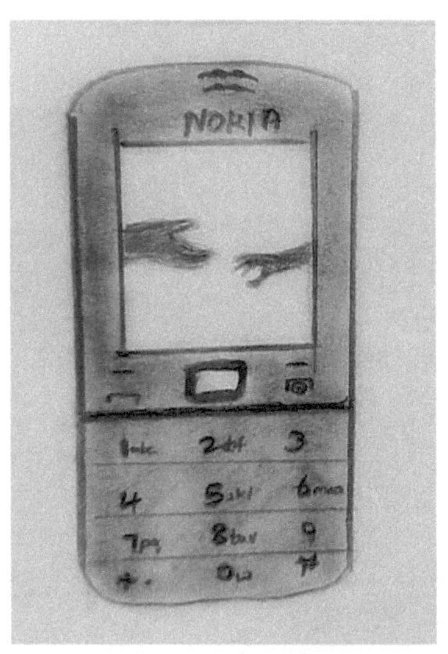

6.   நட்பும் காதலும்

ஏனோ பைத்தியம் பிடித்தாற் போல ஓர் உணர்வு?!

அழுகை, சிரிப்பு, பசி என எதுவும் தோன்றவில்லை. அப்பா ஆசையாக வாங்கிக் கொடுத்த ஓர் பொருள். அலட்சியமாக விட்டுவிட்டேனே என்ற கோபம் என்குள். என்னை நானே திட்டிக் கொள்கிறேன்.

குளியல் அறையில் யாருக்கும் தெரியாமல் அழ முயன்றேன்.

அழுது அழுது என் கண்கள் சிவந்ததைக் கண்டு வெண்பாவும் நித்யாவும் துடிதுடித்துப் போனார்கள்.

விடுதியில் உள்ள எல்லோரின் பைகளிலும் தேட ஆரம்பித்தனர். எனக்கு சங்கடமாக இருந்தது.

அதே சமயத்தில்,

திரு மற்றும் என் வகுப்பில் உள்ள நண்பர்கள் ஆண்கள் விடுதியிலும் தேட ஆரம்பித்தார்கள்.

எல்லா அறைகளிலும் தேடித் தேடிஆனனவரும் கலைத்துப் போயிருப்பார்கள்.

என் கைப்பேசியை காணோம் என்று கவலைப்படுவதா? இல்லை

என் நண்பர்களை சிரமப் பட வைக்கும் என் அலட்சியத்தை எண்ணி கவலைப் படுவதா?

பல உணர்வுகள் என்னை வாட்டி வதைத்தது.

அம்மா ஒரு நிமிஷம். நான் வரேன்...!

அப்பா...! அப்பா...!

அம்மாவின் கைப்பேசியை காணோம்.

வாங்க...!

தேடலாம்...

இரு டா. இங்க தானே பார்த்தேன்...

இதோ... அம்மாவின் கைப்பேசி...

ஐயோ...! அப்பா...!

இது இல்ல...!

அம்மா கல்லூரி படிச்ச அப்போ காணாம போயிருச்சு. அது தான் தேடறேன்.

டேய்..! காலையிலயே ஆரம்பிச்சுட்டீங்களா டா?

ஹா ஹா...!

நான் தான் உங்கக்கிட்ட மாட்டிக்கிட்டேன் போல காலையிலேயே...!

நீங்க ரெண்டுப் பேரும் போய் லக்கிய பாருங்க டா...!

அம்மா...! அப்புறம் என்ன ஆச்சு?

சீக்கிரம்...!

எல்லா பக்கங்களிலும் தேடிய பிறகு, நண்பர்கள் கல்லூரிக்கு அருகில் இருக்கும் கடைகளுக்கு சென்று விசாரிக்க ஆரம்பித்தார்கள்.

"நோக்கியா 2700" கடையில் யாராவது வந்து விற்றார்களா என்று எல்லா கடைக்காரர்களிடமும் விசாரித்தனர்.

இறுதியாக ஒரு கடையில் அக்கடைக்காரர் ஆமாம் பா! சாய் பாபா வால்பேப்பரில் ஒரு கைப்பேசியை குள்ளமாய் சிவப்பு நிறத்தில் புருவம் முடி மொத்தமாக இருந்த ஒரு பையன் தான் வந்து விற்றான் என்றார்.

இதை என் தோழி நித்யாவின் கைப்பேசிக்கு அழைத்து என்னிடம் தெரிவித்தான் திரு.

அடுத்த அதிர்ச்சி...!

திருவின் கைப்பேசிக்கு சந்திரகாந்த் அழைத்து, அவனின் விடுதி அறைக்கு வருமாறு அழைத்தான். உடனே, அங்கு சென்றுப் பார்த்தால் என் சிம் கார்டு இருக்கிறது. அதை எடுத்த மறு நொடியே என்னிடம் தெரிவித்தான், திரு. பரணி தான் என் கைப்பேசியை விற்றான் என்று தெரிந்து கொண்டோம்.

பரணியின் கைப்பேசிக்கு அழைத்து, என் கைப்பேசியை தேட போலாம் என்று, அவனையும் அந்த கடைக்கு அழைத்து சென்றார்கள்.

கடைக்கார அண்ணா, இந்த பையன் தான் பா வந்து விற்றான் என்றார்.

காசு கொடு டா என்று திருடனிடம் பேசுவது போல பேசினான் திரு.

இதோ... தரேன் என்று பரணி காசை எடுத்தான். உடனே சட்டென்று அவனிடம் இருந்து பிடிங்கி, காசு கொடுத்து கைப்பேசியை வாங்கினார்கள்.

என் தோழியின் அலைபேசிக்கு அழைத்து எங்களை கேண்டீன் வர சொன்னான் திரு.

நிஜமாகவே, என் கைபேசி கிடைக்க போகிறதா? இல்லை... நான் வருத்தப் பட கூடாது என்று சொல்கிறார்களோ என்றெல்லாம் மனதுக்குள் நினைத்துக் கொண்டு நான், நித்யா, வெண்பா மூவரும் கிளம்பி சென்றோம்...

ஒருவரின் பொருளை திருடுவது எவ்வளவு கேவலமான செயல்...!

அப்படி திருடினால், நான் அழுவேன் என்று நினைத்தானோ?

நான் அழுவதால் அவனுக்கு மகிழ்ச்சி என்றால்?

அவன் நிஜமாகவே மனுஷன் தானா?

என்றெல்லாம் என் மனதிற்குள் பல கேள்விகளை கேட்டுக்கொண்டேன்.

நாங்கள் கேண்டீன் சென்றடைந்தோம்.

திருவும் என் நண்பர்களும், என் கைபேசி யை என் கையில் ஒப்படைத்தார்கள்.

என் கைகள் நடுங்கிய படி, காணாமல் போன குழந்தையை மீட்டு எடுத்த ஓர் உணர்வு. என் நண்பர்களுக்கு நன்றி சொல்ல என்னிடம் வார்த்தைகளே இல்லை.

எனக்கு பரணியை பார்க்கவே அருவருப்பாக இருந்தது. கைப்பேசியை ஒரு கையில் வைத்துக் கொண்டு, இன்னொரு கையால் அவன் கன்னத்தில் ஓங்கிப் பளார் என்று அறைந்தேன்.

நான் உன்னை என்ன டா பண்ணேன். இவ்வளவு கேவலமா, திருட்டு வேலைய செஞ்சுருக்க. பக்கத்துல இருக்கற காவல் நிலையத்தில் என் மாமா வேலை செய்யறாரு. அவருக்கிட்ட சொல்லட்டுமா என்றேன்.

வாயை திறக்கவில்லை அந்த திருடன்.

என்னால் முடியவில்லை. நண்பர்களிடம் நன்றி தெரிவித்து விட்டு கிளம்பினேன்.

"நான் வீழ்வேன் என்று நினைத்தாயோ?"

- மகாகவி பாரதியார்.

பரணி என்னை அழைத்தான். நித்யா, அவனிடம் என்ன என்று கோபமாக கேள்வியெழுப்பினாள். விடுதியில் எந்தப் பெண்களிடமும் இதைப் பற்றி சொல்ல வேண்டாம் என்றான்.

அதற்கு திரு, எல்லோரிடமும் சொல்வோம். திருடறதுக்கு முன் இந்த யோசனை வந்துருக்கணும் என்றான்.

நாங்கள் விடுதிக்கு சென்றோம். வெண்பா, கலங்கிய கண்களோடு ஓடி வந்துக் கட்டியணைத்தாள். இப்போ சந்தோஷமா என்று கேட்டாள். என் கண்களில் இருந்து நீர் வந்தது. வார்த்தைகள் இல்லை. தலையை அசைத்த படியே, மகிழ்ச்சி என்றேன்.

சரி...! ரொம்ப நேரம் ஆயிடுச்சு. நீ தூங்கு என்றாள். இல்லை! எனக்காக இவ்வளவு உதவி செய்த உங்களுக்கு, நான் என்ன செய்யப் போகிறேன் என்றேன்.

அதெல்லாம் ஒன்னும் வேண்டாம் என்று, என் மெத்தையை கீழே போட்டார்கள். அவர்கள் இருவரின் மெத்தைகளையும் காத்தாடிக்கு கீழ் போட்ட படியே, இனிமேல் நம்ம மூணுப் பேரும் இப்படியே தூங்கலாம் என்றாள் வெண்பா.

"ஒரு சில வருடங்கள் வரை மட்டுமே குடும்பத்தில் நண்பர்களை தேட முடியும்...!

அதன் பிறகு, நண்பர்களே, குடும்பம்...!"

நாங்கள் மூவரும் கதைப் பேசிக் கொண்டு தூங்க போறோம் லக்கி...!

நீயும் தூங்கு டா...!

பத்திரமா இரு.

லக்கி காற்றில் ஆட...!

சரி டா. உனக்கும் தூக்கம் வருதா?

டாட்டா...!

அம்மா...! பார்த்தியா...! நான் சொன்னேன்ல ம்மா கைப்பேசி கிடச்சுரும்ன்னு...!

நீ எதுக்கு அம்மா அப்போ அழுத?

சரி குட்டி...! நான் இனிமேல் அழ மாட்டேன்...!

அடுத்து என்னம்மா?

லக்கி...!

பரீட்சை வரப் போகுது...நல்லா படிக்கணும் டா.

வெண்பாக்கு தீரன பிடிச்சுருக்குன்னு சொல்றா. தீரனுக்கும் அவளப் பிடிச்சுருக்குன்னு தான் நினைக்கிறேன் லக்கி...

"காக்கா குருவிக்கு லாம் காதல் வருது...!

எனக்கு ஒரு காதல் வர மாட்டேங்குதே... !"

லக்கி சட சட என காற்றில் ஆட...!

என்ன லக்கி?

நீ என் நிலமைய நினைச்சு சிரிக்கிற போல.

எனக்கு காதல் வந்தாலும் அது பண்றதுக்கான வாய்ப்பு எனக்கு இருக்காது லக்கி.

ஊர்ல எந்த பொண்ணு ஓடி போனாலும், பக்கத்து வீட்டு அத்தை எங்களை (பெண் பிள்ளைகளை) கூப்பிட்டு இந்த மாதிரலாம் காதலிச்சு கல்யாணம் பண்ணி ஓடி போக கூடாதுன்னு எனக்கு விவரம் தெரிஞ்சதுல இருந்தே சொல்லி வளர்த்ததால எனக்கே ஒரு மாதிரி காதல் மேல நம்பிக்கை இல்லாம போச்சு.

இதுக்காக நான் காதலுக்கு எதிரி இல்லை. மத்தவங்க காதலிச்சாங்கன்னா அத பார்த்து ரசிக்க நல்லா இருக்கு.

நான் தீரன் கிட்ட எனக்கு வரைபடம் வரைந்து தர சொல்லி அழைத்தேன். அப்போது கேண்டீனுக்கு, வெண்பாவயும் அழைத்து சென்றேன். இதனால அவர்கள் ஒருவரை ஒருவர் பார்த்து பேசிக்கொள்வார்கள் என்று நினைத்தேன்.

அவர்களிடம் ஏதாவது சாப்பிட வாங்கி வரேன் என்று சொல்லிவிட்டு, பொறுமையாக பிரட் ஆம்லெட், ஜூஸ் வாங்கிட்டு வந்தேன்.

100 எஸ்.எம்.எஸ் முடிந்தால் எப்படி காதலிப்பது என்று அந்த 100 எஸ்.எம்.எஸ் களுக்குள் அழகாக சிக்கனமாக காதல் செய்து, நேரில் இருவரும் கண்களை பார்த்து பேசி

மீதி காதலை 10 ரூபாய் ரேட் கட்டர் வைத்து,

அந்த பத்து ரூபாயில் பேசி முடித்து

நான் உன்னை காதலிக்கிறேன் என்று சொல்லாமலே இருவரும் புரிந்து கொள்ளும் காதல் எவ்வளவு அழகானது...!

நானும் வெண்பாவும் எங்கள் விடுதிக்கு திரும்பினோம். தீரன், நாளைக்கு வரைந்து தரேன் என்றான்.

வெண்பாவிடம் கேட்டேன். அவன் உன்னை காதலிக்கிறேன் என்றானா என்று?

இன்னும் இல்லை என்றாள்.

சரி...! அப்போ இவ அவன் காதலை சொல்லணும்ன்னு எதிர்பார்க்கிறாள் போலன்னு நினைத்துக் கொண்டேன்.

சரி வெண்பா...! படிப்பில் நீ கவனம் செலுத்து. மத்தெல்லாம் பொறுமையா பார்த்துக்கலாம் என்றேன். அவளும் சரி...! என்றாள்.

சரி லக்கி... நான் தூங்க போறேன் டா. நாளைக்கு வரேன்.

7. போராட்டம் போர்க்களம்

ஒவ்வொருவரும் அவரவர் கைப்பேசியில் காதலிக்க, நான் என் குறிப்பேட்டில் ஒரு கதை எழுதிக் கொண்டிருக்கிறேன்.

எல்லோரும் என்னிடம் கவிதை கேட்டு, அவரவர் காதலர்களுக்கு அனுப்பிக் கொள்கின்றனர். எனக்கும் என்னுடைய எழுத்து ஏதோ ஒரு வகையில் உபயோகப்படுகிறதே என்று சந்தோஷம்.

இன்று என் அறையில் வசிக்கும் கலைவாணி, என்னை அசிங்கப் படுத்துவதுப் போலப் பேசிவிட்டாள். எனக்கு மிகவும் வருத்தமாக இருந்தது.

ஜன்னல் வழியாக மழைத்துளி வேகமாக சாரல் வீச..!

நீ அழாத டா லக்கி...!

என்ன ஆச்சு தெரியுமா?

பக்கத்துக் கட்டில்ல இருக்கற பொண்ணு அப்பா, மெரைன் இஞ்சினியர்.
அதனால் அவள் எப்பொழுதும் அதிகமாகப் பணம் செலவிடுவாள்.

எனக்கு தெரிந்த நண்பர்களிலேய அவளிடம் தான் ஆப்பிள் கைப்பேசி உள்ளது. அவள், ஷாப்பிங் மால்

சென்றால் கணக்குப் பார்க்காமல் செலவிடுவாள் என்றெல்லாம் அவளைப் பற்றி கலைவாணி பெருமையாக பேசினாள்.

அதற்கு அவளை நித்யா திட்டினாள். உனக்கு அவள் தான் பிடிக்கும், அவள் தான் உன் தோழி என்றால், நீ அவளிடம் மட்டும் பேசு. எங்களிடம் பேசாதே என்றாள்.

எனக்கு அவள் அவ்வாறு பேசியது மகிழ்ச்சியாக இருந்தாலும் எனக்குள்ளே ஒரு வெறி! படித்து நல்ல மதிப்பெண் வாங்கி நல்ல வேலைக்கு செல்ல வேண்டும் என்ற வெறி.

எனக்கும் சுய மரியாதை இருக்கிறது...!

ஆன்ட்ராய்டு கைப்பேசி என்றாலும் என் சம்பளத்தில் வாங்க வேண்டும் என்கிற லட்சியம்...!

எந்தக் காரணம் கொண்டும் என் பெற்றோர்களை சார்ந்து இருந்துவிடக் கூடாது என்று நான் இங்கு விடுதியில் இருக்கும் ஒவ்வொரு நொடியும் மனதில் நினைத்துக் கொண்டே இருப்பேன்.

என்னால் முடிந்த அளவுக்கு மற்ற கல்லூரிகளுக்கு சிம்போசியம் சென்று போட்டிகளில் கலந்து கொண்டு அதில் வரும் பணத்தில் எனக்கு துணிகள் வாங்கி கொள்வேன்.

அப்பாவிடம் பணம் இல்லை, வறுமையான சூழ்நிலை என்றெல்லாம் இல்லை. என்னுடைய

சுயமரியாதையை நான் காப்பாற்றிக்கொள்ள வேண்டும். எத்தனை நாட்களுக்கு தான் அவர்களிடம் பணம் வாங்குவேன்.

விடுதியில் இன்று இரவு உணவு இட்லி. கல்லை போல் உறுதியானது எங்களின் விடுதி இட்லி. ஏன் என்னை இவ்வளவு உறுதியாக படைத்தீர்கள் என்று அந்த இட்லிக்கே கோபம் வரும்.

அதனால் அன்று பரோட்டா சாப்பிடலாம் என்று முடிவு செய்தோம்.

நானும் வெண்பாவும், அம்மா கண்ணு பரோட்டா கடைக்கு சென்று மூன்று அறையில் உள்ளவர்களுக்கும் பரோட்டா வாங்கி வந்தோம்.

அப்படி நிறைய வாங்கினோம் என்றால் நான்கு பரோட்டாவும் இரண்டு ஆம்லெட்டும் இலவசமாக அந்த அண்ணா தருவார். அந்த அண்ணாவின் கடையில் பரோட்டா பஞ்சு போல இருக்கும்.

குருமாவில் காய்கறிகள் நிறைய அள்ளிப் போட்டு மணக்க மணக்க அந்தப் பரோட்டாவின் உயிர் காதலியான குருமாவை தொட்டு சாப்பிட வாயில் கொண்டு செல்லும் பொழுது, கோச்சுக்காத பரோட்டா என்று செல்லமாக பேசிய படியே வாயில் போட்டால் கரைந்து விடும்.

வயிறு நிறைய இரண்டு பரோட்டாவும் ஆம்லெட்டும் சாப்பிட்டு விட்டு, ஒரு மணி நேரம் நான், வெண்பா, நித்யா பேசிக் கொண்டே நடக்க சென்றோம்.

அப்பொழுது பல் மருத்துவம் படிக்கும் பெண்களின் அறையை ஒருவன் எட்டிப் பார்ப்பதுப் போல் எங்களின் கண்ணிற்கு தென்பட்டது.

உடனே கூச்சலிட்டு நாங்கள் கத்தும் முன், அந்த அறையில் இருக்கும் பெண்கள் சத்தம் போட்டனர்.

எல்லோரும் வாங்க என்று ஒவ்வொரு அறையாக கதவை தட்டி ஸ்ட்ரைக் செய்ய அழைத்தனர். முதல் ஆண்டில் உள்ளவர்கள் பெரும்பாலும் என் நண்பிகள் என்பதால், அத்தனை அறைகளின் கதவுகளையும் தட்டி நானும் வெண்பாவும் ஸ்ட்ரைக் செய்ய அழைத்தோம்.

நாங்கள் மூவரும் நேரில் கண்டதால், வார்டனிடம் ஒரு பையன் அந்த அறையை எட்டிப் பார்க்கும் பொழுது நாங்கள் பார்த்துவிட்டோம் என்று நடந்ததை சொல்ல, ஆண்கள் விடுதியிலும் ஸ்ட்ரைக்கின் சத்தம் எதிரொலித்தது.

பெண்களுக்கு ஏதோ ஒரு பிரச்சினை என்றால் உடன் படிக்கும் நண்பர்களாக குரல்கொடுக்கும் ஆண்களை கண்டால் அவர்களை வளர்த்த அம்மாக்களை மனதார வாழ்த்த தோன்றுகிறது...!

அப்பொழுது தான் எல்லோருக்கும் அறையில் உள்ள பெண், அவள் குளித்துக் கொண்டிருக்கும் பொழுது அவன் எட்டி பார்த்தான் என்று தெரிந்தது.
சரி...இது பற்றி காலையில் பேசிக்கலாம் என்று வார்டன் எங்களை அவரவர் அறைக்கு செல்ல சொன்னார்.

நாங்கள் மாட்டோம் என்றோம்.

சீஃப் வார்டன் காலையில் தான் வருவாங்களாம். அதனால் காலையில் பார்த்துக்கலாம் என்று சமாதானப் படுத்த முயன்றார்.

பரவாயில்லை. நாங்கள் அதுவரை இங்கு காத்திருக்கோம் என்றோம்.

விடிய விடிய ஆண்கள் எங்களின் விடுதியின் வெளியே நின்றபடியே ஸ்ட்ரைக்கில் ஈடுபட்டனர்.

நாங்களும் குளிரில் அமர்ந்த படியே ஸ்ட்ரைக்கில் இருந்தோம். என் அப்பா வழக்கம் போல் என் கைப்பேசிக்கு அழைத்தார். இப்படி ஸ்ட்ரைக் பண்றோம் என்றேன். சரி, ஏதாவது பிரச்சினை என்றால் அழைக்கும் படி சொன்னார். நானும் சரி என்றவாறு அழைப்பை துண்டித்து விட்டேன்.

மறுநாள் காலை, எங்களின் வகுப்பு ஆசிரியர்கள் வைத்து ஸ்ட்ரைக்கை கலைக்க முயன்றனர். என் வகுப்பு ஆசிரியை, என்னை எழுந்து கல்லூரிக்கு கிளம்பி வர சொன்னார். நான் மறுத்தேன். நீ வந்தால், முதலாம் ஆண்டு மாணவிகள் அனைவரும் எழுந்து வந்துவிடுவார்கள் என்றார். நான் அவரின் முகத்தை பார்க்கவில்லை. பல மணி நேரத்திற்கு பிறகு, சீஃப் அங்கு வந்தார்.

எங்களின் சீனியர், இப்படி தான், உங்களின் மகளிற்கு பிரச்சினை என்றால் இவ்வளவு தாமதமாக வருவீர்களா என்று கேட்டார். அவள் கேட்டதில் நியாயம் இருந்தது.

அந்த கேள்வியை கண்டுகொள்ளாத சீஃப் வார்டன், உடனே அவன் எப்படி இருந்தான் என்று எங்களிடம் கேட்க, நாங்கள் அவன் பார்க்க இங்கு வேலைசெய்யும் வெளிமாநிலத்தவன் போல தெரிந்தான் என்றோம். உடனடியாக கல்லூரியில் வேலை செய்யும் செக்யூரிட்டி, அங்கு வேலை செய்பவர்களை கொண்டு வந்து நிப்பாட்டினார்கள்.

நான், நித்யா, வெண்பா மூவரும் அடையாளம் காண்பித்தோம். பிறகு காவல் நிலையத்தில் அவனை ஒப்படைத்தார்கள்.

இப்போ கல்லூரிக்கு கிளம்பி வாங்க என்றார் என் வகுப்பு ஆசிரியை. சரி என்றபடி நான் எழ, மற்ற மாணவிகள் உடனே எழுந்து என்ன செய்யலாம் என்றார்கள். நான் மெய்சிலிர்த்துப் போனேன். நான் சொன்ன வார்த்தைக்காக தான் விடிய விடிய அனைவரும் ஸ்ட்ரைக்கில் ஈடுபட்டனர் என்பதைப் புரிந்து கொண்டேன்.

எல்லோரும் கிளம்பி கல்லூரிக்கு செல்லலாம் என்றேன்.

எல்லோரும் கல்லூரிக்கு கிளம்பி சென்ற பிறகு, அனைத்து பெற்றோருக்கும் கல்லூரிக்கு அழைத்தனர். என் அப்பா வேலையின் காரணமாக அதெல்லாம் கல்லூரிக்கு வர முடியாது. நீங்கள் என்ன கல்லூரி நடத்தறீங்க? பெண் பிள்ளைகளின் அறையை எட்டிப் பார்த்து ஒருத்தன் ஓடிட்டானாம் என்று அவர் பங்கிற்கு என் வகுப்பு ஆசிரியரை திட்ட அவரும் பதில் பேசாமல்

நன்றி என்றபடி அழைப்பை துண்டித்து விட்டு அடுத்த பெற்றோருக்கு அழைக்க தொடங்கினர்.

எனக்குப் பயம் என்று ஒன்று இருந்தால் தானே நான் பயப்படணும்...!

தவறு எதுவும் செய்யவில்லை என்று மனசாட்சிக்கு தெரியும்...!

வேறு எதற்கும் பயப்பட தேவையில்லை என்று நினைத்தேன்.

பரீட்சைக்கு இன்னும் ஒரு வாரம் மட்டுமே இருக்கு. நன்றாக படித்தால் மட்டுமே நல்ல மதிப்பெண் எடுக்க முடியும் லக்கி. இப்போ தூங்கப் போறேன் டா.

8. திருடி திருடி

பரீட்சைக்கு நாங்கள் மூவரும் படித்துக் கொண்டிருக்க, வெண்பாவுக்கு திடீரென தீரனை பார்க்க வேண்டும் என்று தோன்றியது.

இன்று அவளும் தீரனும் சாந்தி கியர்ஸ் வரை போவதாகக் கூறினாள்.

பொங்கலில் அதிக முந்திரி போட்டு

மணக்க மணக்க

எது பொங்கல்?

எது நெய் என்று வித்தியாசம் தெரியாமல்

மதியம் சென்றால் மணக்க மணக்க சூடான சோறும், நெய் தூவி விட,

அக்காவான சாம்பாரும்!

சாம்பாரின் தங்கை ரசமும்!

ருசிக்க ருசிக்க!

அப்பளமும்!

அளவில்லாத சாப்பாடோடு

அளவில்லாத அன்பும் சோர்த்துப் பரிமாறப்படும் பொரியலும் அங்கு மட்டுமே கிடைக்கும்...!

அந்நாள் வரை நான் மட்டுமே சாந்தி கியர்ஸ் சாப்பாட்டின் ருசிக்கு அடிமை என்று நினைத்தேன்...!

ஆனால் கோயம்புத்தூர் மக்கள் அனைவரின் மனதையும் கொள்ளை அடித்த உணவகம் அது ...!

தீரனும் கிளம்பிட்டான். இருவரும் சென்றிருந்த நேரத்தில் எங்கள் அறையில் ஓஜோ போர்டு வைத்து கொண்டு விளையாடலாம் என்று பக்கத்து அறையில் உள்ள நண்பிகள் சொல்ல, நாங்கள் வேண்டாம் என்றோம்.

மனிதனின் பேய் குணங்களையே தாங்கி கொள்ள முடியாத நிலையில், பேயையும் வரவழைத்து அது போக மாட்டேன் என்று சொல்லிவிட்டால் யார் அதற்கு பொறுப்பு ஏற்றுக் கொள்வது?

நானும் நித்யாவும் மதிய உணவு சாப்பிட்டு வரும் அந்த சமயத்தில், அறையில் இருப்பவர்கள் சூலூர் வரை சென்றிருந்தார்கள் போல. அறையின் கதவு திறந்து இருந்தது. எல்லாமே கலைந்தபடி சிதறிக் கிடந்தது. தியாவின் கைபேசி சார்ஜரும் நித்யாவின் கைபேசியும், பூமிகாவின் 500 ரூபாய் பணமும் காணாமல் போனது என்று அவர்கள் எல்லோரும் வந்த பிறகு ஒவ்வொருவராக இதை காணோம் அதை காணோம் என்று பட்டியல் இட, யாரோ ஒரு திருடி அனைத்தையும் திருடிவிட்டாள் என்ற முடிவுக்கு வந்தோம். அப்போது அறைக்கு வந்த வெண்பா, சோர்ந்து இருப்பதை என்னால் புரிந்து கொள்ள முடிந்தது.

தனியாக அவளை மொட்டை மாடிக்கு அழைத்து சென்று என்னவென்று கேட்டேன்.

வெண்பாவும் தீரனும் சாந்தி கியர்ஸ்-யில் சாப்பிட்டுவிட்டு திரும்ப வந்து கொண்டிருந்தப் பொழுது அவர்களை கண்ணன் சார் பார்த்துவிட்டார். வெண்பாவை அழைத்து யார் அது என்று கேட்க, இவர் என் நண்பர் என்று சொல்லியுள்ளாள்.

என்னிடம் அவள் பேசிக் கொண்டிருக்கும் பொழுதே கண்ணன் சார் அவளின் கைப்பேசிக்கு அழைத்தார். என்ன வெண்பா, அந்த பையன நீ லவ் பண்றியா என்று கேட்டார். அவளும் பதறிய படியே ஆமாம் சார் என்றாள். வீட்டுக்கு தெரியுமா என்று கேட்டார். இல்லங்க சார். வீட்டுக்கு தெரிய வேண்டாம். படித்து முடித்த பின்னர் நாங்கள் வீட்டின் ஒப்புதல் பெற்றுக் கொள்வோம் என்றாள். அவளின் கைகள் நடுங்க, கால்கள் இரண்டும் ஆட, கண்கள் கலங்கிய படி அழைப்பை துண்டித்துவிட்டாள்.

நாங்கள் இருவரும் மாடியில் இருந்த போது, நித்யாவும் பக்கத்து அறையில் இருக்கும் நண்பிகள் எல்லோரும் அந்த திருடியை தேட ஆரம்பித்தார்கள். ஒவ்வொரு பையாக வார்டனுடன் தேடினார்கள்.

ஒரு அறை

இரண்டு அறை என

இருபது அறையை தேடிய பிறகு,

நண்பிகள் எல்லோரும் இன்னும் மூன்று அறைகள் தேடணும் என்றனர்.

அப்பொழுது ஷீலா, மாடியில் அவளது காதலனிடம் பேசிக் கொண்டு இருந்தாள். அவனுக்காக ஒரு புதிய

கைப்பேசி அவள் வாங்கியிருந்தாள். அவள் பேசி முடித்த பிறகு தியாவின் அலைபேசிக்கு நான் குறுஞ்செய்தி அனுப்பினேன். திருடி மாடியில் இருக்கிறாள். அவளிடம் நான் பேச்சு கொடுக்கிறேன். நீங்கள் அவளது அறைக்கு சென்று சார்ஜர், கைபேசி, பணம் இருக்கிறதா என்று பாருங்கள் என்றேன்.

வார்டனுடன் அறை எண் *131* க்கு சென்றார்கள். அவளின் பைகளில் கவனித்தப் பொழுது, துப்பட்டா, துணி, உள்ளாடைகள் என பல இருக்க, ஒவ்வொரும் இது என் துப்பட்டா என் துணி என்று கூறினர். நித்யா, அவளின் கைப்பேசி, சார்ஜர், *500* ரூபாய் பணத்தை வார்டனிடம் காண்பித்து எடுத்துப் பத்திரமாக வைத்து கொண்டாள்.

பிறகு, எனக்கு தியா, திருடியை விடு. அவள் நல்லா மாட்டிக்கிட்டாள் என்று குறுஞ்செய்தி அனுப்பினாள்.

மகிழ்ச்சி என்று ஷீலாவிடம் பார்ப்போம் என்ற கூறிவிட்டு வெண்பாவை என் அறைக்கு அழைத்து வந்தேன்.

எங்கள் அறைக்கதவை நாங்கள் வந்த பிறகு வேகம் வேகமாக தாழ்ப்பாள் இட்டு, எல்லோரின் பொருளும் கிடைத்துவிட்டது என்று அனைவரும் ஆரவாரமாக இருக்க, வெண்பாவின் முகம் மட்டும் வாடிய படி இருந்தது. சரி... பார்த்துக்கலாம் விடு என்று அவளை சமாதானப்படுத்திவிட்டு தேர்வுக்கு படிக்க ஆரம்பித்தேன்.

படிக்கும் பொழுது, ஒருத்தி பேய் கதையை ஆரம்பித்தாள். அவளை சுற்றி ஆஆஆஆ.... என எல்லோரும் கதைக் கேட்க ஆரம்பித்தோம்.

இரவு சாப்பாடு சாப்பிட செல்லும் பொழுது எல்லாம் வெண்பா சாப்பாடு பார்ப்பது விட, தீரனை பார்ப்பதே அதிகம்.

காதல்...!

எவ்வளவு சிரமம் தருகிறது...!

காதலித்தால் நட்பில் மட்டுமல்ல

உணவிலும் கவனம் செலுத்த முடியாதுப் போல...!

நாங்கள் சாப்பிட்டு விட்டு இரவு சில பொருட்கள் வாங்க கடைக்கு சென்று சென்றிருந்த பொழுது, ஜூனியர்ஸ் ஆன் நண்பர்களுடன் அந்த வழியாக நடந்து கொண்டிருந்தார்கள்.

இது பெண்களுக்கான வழி. இந்த வழியில் உங்களை யார் வர சொன்னார்கள் என்று நான் அந்தப் பையனை கேட்டேன். அவன், இல்லை! இங்கு தெரியாமல் வந்து விட்டோம் என்றான்.

நான் அவன் பெயர் என்ன என்று கேட்டேன்.

"ராம்" என்றான். அவனுடன் இருந்த பெண்கள் பள்ளி பருவத்தில் இருந்தே அவன் தோழிகள் என்றான்.

சரி போ என்று சொல்லும் பொழுது, உடன் இருந்த சுப்ரியா கோபமாக என்ன சீனியர் ன்னா கொம்பு

முளச்சுருக்கா என்று கூச்சலிட்டாள். ஆமாம்...! கொம்பு முளச்சுருக்கு. பார்க்கறியா? என்ற படி நான் என் கோபத்தை வெளிப்படுத்த,

ராம் குறுக்கிட்டு சாரி சீனியர். எங்கள் தவறு தான் என்றான்.

சரி...! போங்க. இனி இங்க நான் உங்களை பார்க்க கூடாது என்றபடி அவர்களை அனுப்பினேன். நாளை ஓணம் பண்டிகை. ஓணத்திற்கு பெண்கள் சீலை கட்டணும். ஆண்கள் வேட்டி கட்டணும் என்றார்கள்.

வெண்பா, ரோஸ் நிறத்தில் சீலை கட்டினாள். நான், என் அம்மா கொடுத்து விட்ட பச்சை நிற சீலையை கட்டினேன். நித்யா கேரளா சீலை கட்டினாள்.

வெண்பாவும் தீரனும், ஒரே நிறத்தில் ஆடை அணிந்திருந்தார்கள்.

அவர்களை கேண்டீன் சென்று ஒரு புகைப்படம் எடுத்துக் கொள்ளலாம் என்று அழைத்தேன். அவர்களும் சம்மதித்தனர்.

கண்ணு படும் அளவிற்கு இருவரும் அவ்வளவு அழகாக இருந்தார்கள்.

நாங்கள் எல்லோரும் ஒருவரை ஒருவர் மாற்றி மாற்றிப் புகைப்படம் எடுத்து மகிழ்ச்சியாக இருந்தோம்.

ஆடல் பாடல் என கல்லூரி முழுவதும் திருவிழா போல காட்சியளித்தது...!

விழா முடிந்ததும் எல்லோரும் விடுதிக்கு வந்துவிட்டோம்.

லக்கி...! நான் படிக்கும் அறைக்கு சென்று படிக்கிறேன் டா. படிச்சுட்டு அப்புறமா தூங்கறேன். உன்னை நாளைக்குப் பார்க்கறேன் லக்கி...!

நீ இப்போ தூங்கு...!

டாட்டா...!

9.   சஸ்பென்ஷன்

லக்கி...!

காலையில நாங்க எல்லோரும் கல்லூரிக்கு சென்று பரீட்சை எழுதினோம். நான் என்னால முடிஞ்ச அளவுக்கு நல்லா பரீட்சை எழுதிருக்கேன் டா.

நீ நல்லா இருக்கியா?

மயில் குட்டி போட்டுச்சா?

நான் மயிலுக்கு கொஞ்சம் அரிசி வைக்கறேன் லக்கி...!

மயிலயும் மயில் குட்டியையும் பத்திரமா பார்த்துக்கோ.

இன்னும் கொஞ்ச மாதத்தில் கேம்பஸ் இண்டர்வ்யூ வரும்ன்னு சொன்னாங்க. அதுக்கும் தயார் ஆகணும்.

வெண்பா, என் நெருங்கிய தோழி!

அவளின் காதல் வெற்றி அடையனும் ன்னு நான் என்னால முடிஞ்ச அளவுக்கு முயற்சி செய்கிறேன்...!

அவளை அவளது வகுப்பு ஆசிரியை அழைத்தார்...!

நீ ஒரு பையன காதலிக்கிறாயா என்று அவளிடம் கேட்டார்?

அவள் நடுங்கிப் போய் நின்றாள்...!

நான் ஆமாம். காதலிக்கிறேன்னு சொல் என்றேன்...!

அதற்கு அந்த ஆசிரியை வெண்பாவின் சாதியை சொல்லி...

உங்கள் சாதியில் ஒரு பெண், இப்போ கொஞ்ச நாட்களுக்கு முன், ஒரு பையன காதலித்து கல்யாணம் செய்து கொண்டாள். திருமணமான கொஞ்ச நாளிலேயே அவளுடைய கணவரை அவள் சொந்தக்காரர்கள் அனைவரும் எரித்து கொன்றார்கள்.

இதெல்லாம் உனக்கு தேவை தானா? என்று அந்த ஆசிரியை நக்கலாக கேட்டார்.

வெண்பா, இல்லை...! நாங்கள் படித்து முடித்து விட்டு வேலைக்கு சென்று, எங்களின் வீட்டில் சம்மதம் வாங்கி தான் திருமணம் செய்து கொள்வோம் என்றாள்.

அதற்கும் ஆசிரியை நக்கலாக சிரித்து, இப்போவே அந்த பையனை ப்ளாக் பண்ணு. அவனிடம் நீ பேசவோ பழகவோ கூடாது. அப்படி ஏதாவது கேள்விப்பட்டால், உன் இன்டர்னல் மதிப்பெண் என் கையில். உனக்கு எளிதாக, ஃபெயில் மதிப்பெண் போட்டு விடுவேன் என்றார். வெண்பா, செய்வதறியாது...சரி...! என்றபடி அழுது கொண்டே ஆசிரியை அறையில் இருந்து வெளியே வந்தாள்.

வெண்பாவிற்கு, ஜூனியர் பெண் நிலா, உடன் பிறவாத சகோதரி போல் அவளை கருதி, அவளிடம் தினம் தினம் ஏதாவதுப் பேசிக் கொண்டு இருந்தாள்.

அன்று நான் தீரனையும், நிலாவையும் கேண்டீனில் பார்த்துப் பயந்துப் போனேன். நீண்ட நாட்கள் பழகியது போல இருவரும் சகஜமாகப் பேசிக் கொண்டு இருந்தார்கள். தீரனின் ரெக்கார்ட்ஸ்-யை எல்லாம் நிலா வாங்கிக் கொண்டு அவனோடு பேசிக்கொண்டு இருந்தாள்.

வெண்பாவிடம், என்ன வெண்பா? தீரன் கிட்ட இப்பெல்லாம் பேசறது இல்லையா என்று கேட்டு சண்டை இட்டேன்...!

அவளோ...! இல்லை... படிப்பு முடித்து பார்த்துக்கலாம் ன்னு நாங்க அவ்வளவாக பேசிக்கறது இல்லை என்றாள்.

சரி வெண்பா...!

அப்படியே இருக்கட்டும்...!

நான் உன்னை ஒரு இடத்திற்கு அழைத்து செல்கிறேன். நீ வா என்று அவளைக் கூப்பிட்டு கேண்டீனுக்கு சென்றேன். எதையும் எதிர்பாராமல் என்னோடு வந்த வெண்பாவிற்கு அங்கே ஒரு பெரிய அதிர்ச்சி காத்துக் கொண்டிருந்தது. அப்போது அங்கே தீரன் நிலாவிடம் அவன் காதலை தெரிவித்தான். நிலாவும், சிரித்த முகத்துடன் எனக்கும் உங்களை பிடித்திருக்கிறது என்றாள்.

அதைக் கண்டு உடைந்துப் போன வெண்பா, வா யாழ்...! நாம் இங்கு இருந்து விலகணும் என்று என்னை தர தரவென இழுத்த படியே நகர்த்தி சென்றாள் எங்களின் விடுதிக்கு.

உலகமே அழிந்துவிட்டது போல ஓர் உணர்வு...!

அவளுக்கென்று ஒரு தனி உலகத்தில் யாருமே இல்லாமல் வெறிச்சோடிப் போன ஒரு உலகத்தில் அவள் வாழ்ந்து கொண்டிருந்தாள்...!

அந்த நிலையில் கூட வெண்பாவிற்கு தீரன் மேல் துளியளவும் கோபம் வரவில்லை. தன்னை தானே அவள் நொந்து கொண்டாள். நிலாவை திட்ட வேண்டுமென்று கூட அவளுக்கு தோன்றவில்லை. உண்மையான காதல் உடைந்துப் போனாலும் புனிதமானது தான் என்பதை வெண்பா எனக்குப் புரிய வைத்தாள்.

நான் அவளது கைப்பேசியில் தீரனை ப்ளாக் செய்ய சொன்னேன். அவள் ப்ளாக் செய்த பிறகும் அந்த நிகழ்வை அவளால் முழுமனதோடு ஏற்றுக் கொள்ள முடியவில்லை. மெத்தைக்கும் தலையணைக்கும் மட்டுமே கேட்கும்படியாக மனதிற்குள்ளேயே அழுது கொண்டிருந்தாள்....! போகட்டும் மனம் தானே...! போகப் போகப் பழகிக் கொள்ளும்!

அப்போது என் அழைப்பேசிக்கு தீரனின் நண்பர்கள் அழைத்தார்கள்....!

என்னவென்று கேட்டேன். வெண்பாவுக்கும் தீரனுக்கும் ஏதும் பிரச்சினையா? என கேட்டார்கள்....!

தீரன் பேச அழைக்க முயன்றான். ஆனால் வெண்பா அவனை ப்ளாக் செய்து விட்டதாக தீரன் சொல்கிறான் என்று கூறினார்கள்.

பேசாமல் அவர்கள் இருவருக்கும் பதிவு திருமணம் செய்து வைக்கலாமா என்றார்கள்...!

எனக்கு பேச வார்த்தைகளே வரவில்லை...!

என்ன சொல்றீங்க?

தீரன் எப்பையோ வெண்பாவ காதலிக்கறத நிறுத்திட்டான். என்றாவது ஒரு நாள் வெண்பாவிடம் நிலா உடன் பழகிக் கொண்டிருப்பதை அவன் சொல்லியிருப்பானா?

சரி அது கூட பரவாயில்லை...!

இன்று தீரன் நிலாவிடம் காதல் தெரிவித்ததை நானும் வெண்பாவும் நேரடியாகப் பார்த்தோம்...!

அவனுடைய நண்பர்கள் வாயடைத்துப் போனார்கள்...!

சிறிது நேரம் யோசித்துவிட்டு, சரி இப்போ என்ன தான் செய்யலாம் என்று கேட்டார்கள்?

இது அவர்களின் வாழ்க்கை...!

அவர்கள் முடிவெடுக்கட்டும் என்றேன்...!

அழைப்பை துண்டித்து விட்டு வெண்பாவை சமாதானம் செய்ய முயன்றேன்.

இது தான் வாழ்க்கை...!

புரிஞ்சுக்கோ என்றெல்லாம் பேசினேன்...!

"ரகசியம்" என்ற புத்தகத்தை கொடுத்து, இந்த புத்தகம் படி. உன் வாழ்க்கை மாறும் என்றேன்...

அவளும் சரி என்றாள்...!

அவள் புத்தகத்தை வாசிக்க ஆரம்பித்தாள்.

நானும் நித்யாவிடம் சிறு தூரம் நடந்து வரலாம். மனசே சரியில்லை என்றேன்.

ஃபேஸ்புக் யில் என் அக்கவுண்ட் போல வேறு அக்கவுண்ட் பதிவு செய்து, அதில் என் கைப்பேசி எண்ணை போட்டுள்ளார்கள்.

எனக்கு தெரியாத எண்ணில் இருந்து எல்லாம் அழைப்பு வருகிறது... தவறான எண் என்கிறேன். அசிங்கமாக பேசுகிறார்கள். தயவுசெய்து வைங்க என்று சொல்லி, வரும் அனைத்து எண்ணையும் ப்ளாக் செய்ய, என்னால் முடியவில்லை.

நித்யா, என்ன ஆச்சு என்றாள்?

ஒண்ணுமில்லை நித்யா என்றேன்...

இல்லை...! நீ பொய் சொல்ற. நாலு வருஷம் நண்பிகளாக இருக்கோம். நீ எப்போ எப்படி இருப்பன்னு எனக்கு தெரியாதா என்றாள்...

எதுவா இருந்தாலும் தைரியமா இரு. உனக்கு நான் தான் எப்பையும் முதல் நண்பி என்றாள்.

நடந்ததை எல்லாம் சொல்லி நான் அழுக, சரி பார்த்துக்கலாம். உன் மனசாட்சிக்கு தெரியும் நீ யாரென்று. கர்மா பார்த்துக்கும் என்றாள். இரவு தூங்க கூட முடியாத அளவுக்கு வெவ்வேறு எண்ணில் இருந்து அழைப்பு வர, ஒரு வாரம் முழுவதுமாக செய்வதறியாது, என்னை கஷ்ட படுத்துவதற்காக சிலர் செய்த சதி என்று உணர ஆரம்பித்து ஒரு முடிவுக்கு வந்தேன்.

காவல் நிலையத்திற்கு அழைத்து புகார் அளிக்கலாம் என்று 100 என்ற எண்ணிற்கு அழைத்தேன். அழைத்தப்த பிறகு, ஒரு பெண் காவலர் பதிலளித்தார். என் பிரச்சினையை சொல்லி அழுதேன். அவர் சைபர் கிரைமிடம் புகார் அளியுங்கள் என்று சொன்னார்.

படித்து கொண்டிருக்கும் சமயத்தில், தேவையில்லாத பிரச்சினை வேண்டாம் என்று புகார் அளிக்கவில்லை.

இந்த எண்ணும், ஃபேஸ்புக் பக்கம் இருந்தால் தானே எனக்கு கவலை. ஃபேஸ்புக் பக்கத்தை முடக்கினேன். என் சிம் கார்டை சுக்கு நூறாக நொறுக்கி அதைக் காமப்

பிசாசுகளுக்கு, குப்பை தொட்டியில் இறையாக அளித்தேன்.

மனம் லேசாக மாறி, படிப்பதில் மட்டும் கவனமாக இருக்க வேண்டும் என்று உறுதி கொண்டேன்.

நாட்கள் கடந்தது...!

அன்று கல்லூரிக்கு செல்லும் வழியில், எங்களின் ஜூனியர் பசங்க சிலர், பெண்களை முன்னே விட்டு, பின்னால் பார்க்கும் சுகமே தனி என்று அசிங்கமாகப் பேசிக் கொண்டிருந்தனர்...!

அடிபட்ட என் மனதில் மீண்டும் புண் வந்ததுப் போல், அவர்களை என்ன டா என்று அழைத்து என்ன சொன்னீங்க என்று கேட்டேன்.

ஒண்ணுமில்லை சீனியர் என்றார்கள்.

உடனடியாக, என் வகுப்பில் இருக்கும் நண்பர்களை அழைத்துப் பார்த்தேன். என் ஃபேஸ்புக் பக்கத்தை பார்த்திருப்பார்கள் போல. ஒருவரும் என்னிடம் பேசுவதற்கு தயாராக இல்லை என்று உணர்ந்து கொண்டு,

ஜெகன் சாரை அழைத்து நடந்ததை தெரிவித்தேன். உடனடியாக எச்.ஓ.டி.யிடம் தெரிவித்தார். அந்த பசங்க என்னிடம் வந்து அக்கா...! நாங்கள் ஒண்ணும் சொல்லலை என்றார்கள்...

என்னது? அக்கா வா? உங்களின் அக்கா வா இருந்தா இப்படி ரசிப்பிங்களா? என்று திட்டினேன்.

எச்.ஓடி. அவர்களை சஸ்பெண்ட் செய்தார்...

வெறுண்டு போன நிலத்தில் மழைத்துளி விழுந்ததுப் போல் மனம் லேசாக மாறியது....

கல்லூரி சேர்ந்தப் பிறகு அவ்வளவாக வீட்டிற்கு செல்லாமல் இருந்ததால், என் வீட்டில் உள்ளவர்களிடம் நெருக்கம் குறைந்துவிட்டதாக உணர்ந்தேன். வீட்டுக்கு எப்பொழுதும் போகாமல் விடுதியிலேயே இருந்ததால் கல்லூரி தான் எல்லாமே என்பது போல ஆகிவிட்டது. பல நாட்கள் நண்பர்கள் அவரவர் வீட்டிற்கு சென்றாலும் எனக்கு வீட்டிற்குப் போக தோன்றியதே இல்லை.

காரணம்!

எனக்கென்று ஒரு வேலை கிடைத்தப் பிறகு தான் போவேன்...!

அப்பொழுது தான் வீட்டில் எனக்கென்று ஒரு மரியாதை இருக்கும் என்று என் மனம் சொல்லியது...!

எனக்காக நான் போகவில்லை என்றாலும் அடிக்கடி வந்து என்னைப் பார்த்து செல்லும் அப்பா, அம்மா, தம்பி எனக்குப் பொக்கிஷமாக தெரிந்தார்கள்.

எனக்கு பிடித்த நூடுல்ஸ் அவ்வப்போது செய்து வந்து, எனக்கு ஊட்டி விடும் என் அம்மாவும், அதை ரசித்துப் பார்க்கும் என் அப்பாவும் நான் என்றோ செய்த நல்வினையின் பலனென்று தான் நான் சொல்லியாக வேண்டும்.

10. விடைபெற மனமில்லை

ஹாய் லக்கி...!

போன முறை உன்கிட்ட சொல்லாமயே நான் தூங்கிட்டேன். உன்னை கட்டி அணைத்தபடியே.

இந்த வாரம் முழுவதும் கேம்பஸ் இன்டர்வ்யூ நடைப்பெற்றது. மெத்தமாக பத்து நிறுவனங்கள் வந்திருந்தது.

இது தான் வாழ்க்கையில் என்னை நான் நிரூபிக்கும் தருணம்...!

என்னால் இயன்ற அளவுக்கு முயற்சி செய்தேன்...!

கடவுளிடம் வேண்டி கொண்டேன்.

நானும் ஒரு நாள் விலை பார்க்காமல் பொருள் வாங்கும் அளவிற்கு சம்பளம் வாங்க வேண்டும் என்று...!

என்னால் முடியும் என்று என் மனதிற்குள்ளேயே பலமுறை சொல்லிக்கொண்டேன்!

முதல் நாள் நடந்த இன்டர்வியூவில் நான் தேர்ச்சி பெறவில்லை. ஆனால் அடுத்தடுத்த நாட்களில் நான் சிறந்த முறையில் செயலாற்ற அது தான் உதவியது.

நீ நிஜமாகவே நம்ப மாட்ட லக்கி...! எட்டு நிறுவனங்களில் நான் தேர்ச்சிப் பெற்றேன்.

மகிழ்ச்சியில் குதித்து கொண்டிருக்கிறேன்.

நானும் இனி கணக்குப் பார்க்காமல் செலவு செய்யலாம் என்று...!
ஆனால், இன்று கடனாளியாக ஆகி விட்டேன். முதலில் அந்த கடனை எப்படியாவது கட்டணும்.

லக்கி, காற்றில் ஆட...!

என்னன்னு புரியவில்லையா?

நான், வெண்பா, நித்யா இன்டர்வியூவுக்கு பல்லடத்தில் உள்ள கல்லூரிக்கு சென்றிருந்தோம். முடித்து விட்டு சுலூரில் இறங்கிய பொழுது, பசி எங்களை வதைத்தது. நாங்களும் பசி தான் முதலில் முக்கியம் என்று, சுலூர் பேருந்து நிலையத்தை நெருங்கியிருந்த ஒரு கடைக்கு சென்று சாப்பிட அமர்ந்தோம்.

பாதி சாப்பிட்டு விட்டு தான், எவ்வளவு பணம் என்று கேட்டோம். எங்களின் கையில் இருக்கும் பணத்தில் இருபது ரூபாய் குறைவாக இருந்தது. நாங்கள் சாப்பிடுவதை நிறுத்திவிட்டு அந்த கடையின் அண்ணாவை அழைத்து பதட்டமாக எங்களின் நிலைமையை சொன்னோம். ஆனால், அந்த அண்ணா, பரவாயில்லை கண்ணு என்று, எங்களால் எவ்வளவு பணம் கொடுக்க முடியுமோ அவ்வளவு மட்டும் கொடுத்தால் போதும் என்றார்.

அந்த மனசு எத்தனைப் பேருக்கு வரும்?

 நினைவுகளின் நிழல்கள்

அவமானப் படப் போகிறோம் என்று எண்ணி சாப்பாட்டில் இருந்து கை எடுத்த எங்களுக்கு அவர், சோறும் பொரியலும் அதிகமாக வைத்து, படிக்கிற புள்ளைங்க! நல்லா சாப்பிடுங்க கண்ணு என்று சொன்னார்.

கடவுளை விடப் பெரிய சக்தியாக அவர் எங்களுக்கு தெரிந்தார். என்னுடைய முதல் சம்பளத்தில், அந்த அண்ணாவிடம் கடனை அடைத்து நன்றி தெரிவிக்க வேண்டும்.

நாங்கள் கல்லூரிக்கு வந்த பிறகு, தேர்ச்சி அடைந்த நிறுவனங்களின் பெயர்களை ஜெகன் சாரிடம் சொன்னோம். ஜெகன் சாருக்கு அவ்வளவு சந்தோஷம். அவரின் முகமும் அவருடைய சந்தோஷத்தை வெளிப்படுத்தியது.

எனக்கும், நித்யாவுக்கும் சீக்கிரமாகவே தேர்வுகள் முடிந்துவிட்டது. வெண்பாவுக்கு மட்டும் பதினைந்து நாட்களுக்குப் பிறகு தான் தேர்வுகள் முடியும். நானும் நித்யாவும், வெண்பாவிற்கு தேர்வு முடியும் வரையில் விடுதியிலேயே இருக்கலாம் என்று முடிவு செய்தோம்.

கல்லூரி முடிந்த அடுத்த நாள் காலை...!
என்னையும் மீறி

என் மனம் மீண்டும் கல்லூரிக்கு செல்ல ஏங்கியது...!

எழுந்த அடுத்த நொடியே வெண்பாவையும், நித்யாவையும் எழுப்பி விட வேண்டும் என்று எண்ணினேன்...!

ஹீட்டரில் சுடு தண்ணீ போட்டு குளிக்க, என்
வாளியை தேடினேன்...!

பிறகு தான் உண்மை புரிந்தது!

கல்லூரி காலம் முடிந்துவிட்டது!

நான்கு வருடங்கள்...!

நொடிகளை போல் மறைந்துவிட்டது...!

நீங்கா நிழல்களாக இந்த நினைவுகள் என்னை விட்டு
என்றுமே செல்லாது!

அழுகிறேன்...!

கல்லூரி வாழ்க்கைக்கு மீண்டும் செல்ல முடியாதா
என்று...!

என் வகுப்பறைக்கு சென்று

நான் அமர்ந்த இருக்கையில்...!

உட்கார்ந்து பார்த்து

என் நண்பர்களை எல்லாம் தேடினேன்..!

யாருமில்லை அங்கே...!

என்னையும் என் நினைவுகளையும் தவிர...!

அண்ணாந்துப் பார்த்தால், அத்தனை மரங்கள்...!

அந்த மரங்களில் கொஞ்சும்

பறவைகளின் சத்தம்...!

அந்த சத்தத்தால் தான் தினமும் எங்களின் காலை
பொழுது விடியும்..!

நல்ல மாணவர்களை உருவாக்கிய ஆசிரியர்கள்...!

நல்ல மருத்துவர்களை பொறியாளர்களை
உருவாக்கிய வகுப்பறைகள்...!
கேண்டீனில் அலைபாயும் காதல் ஜோடிகள்...!

கேண்டீன் சத்தம்...!

விடுதியில் நாங்கள் அதிகமாக செலவிட்ட ஸ்டோன்
பெஞ்ச்...!

எங்களுக்கு தினமும் வயிறாற உணவு அளித்த
மெஸ்...!

வாழ்வில் அனைவரும் சாதிக்கலாம் என்று ஆசிரியர்
அளித்த அறிவுரைகள்...!

விடுதியில் நடந்த புத்தாண்டு கலாட்டா...!

அதில் சிக்கு புக்கு ரயிலாக

எங்களின் ரயில் நீண்டு பயணித்ததைப் பார்த்து ஜூனியர்ஸ் பொறாமை பட...!

அதே ஜூனியர்ஸ், எங்களுக்காக ஃபேர்வெலில் அழுது

முஸ்தபா பாடலை போட்டு எங்களையும் அழ வைத்து...!

ராஜ மரியாதையுடன் எங்களுக்குப் பிடித்த உணவுகளை பரிமாற

அதை சாப்பிட மனமில்லாமல் நாங்கள் ஒருவரை ஒருவர் பார்த்து அழுது நெகிழ...!

நாங்கள் பத்திரமாக விடுதிக்கு செல்ல வேண்டும் என்று எங்களுக்காக வாகனங்களை எல்லாம் ஏற்பாடு செய்திருந்தனர்...!

அன்பு மழையில்...!

கண்ணீர் துளிகளில்...!

நாங்கள்

விடைபெற முடியாமல்...!

அவ்வளவு தானா என்ற ஏக்கத்துடன்...!

மீண்டும் என்றாவது சந்திக்கமாட்டோமா?

என்றெல்லாம் ஒருவரோடொருவர் வார்த்தைகளால் அல்லாமல் கண்களால் பேசிக்கொண்டோம்...!

ஏனென்றால் வாய் விட்டு பேசினால்

அழுதுவிடுவோம் என்ற பயத்தில்...!

பிரிய மனமில்லாமல்

பிரிய வேண்டிய சூழ்நிலை...!

மாணவர்களுக்கு மட்டுமே வருவது ஏனோ?

லக்கி...!

நீயும் இந்த விடுதியில் ஒருவன் என்றால், மீண்டும் ஒரு முறை பார். ஏனென்றால், இனி இங்கு வர முடியாது.

லக்கி, காற்றில் ஆட...!

உடனே டைரியை நான் மூடி வைக்கவே...!

ஆதி குட்டி : அம்மா அடுத்து என்னம்மா?????
இல்ல கண்ணா. இதுக்கு அப்புறம் லக்கியில் இருந்த பக்கங்கள் முடிந்தது. லக்கி போலவே, வேற டைரியில் நான் எழுத முயன்றேன். ஆனால், லக்கியுடன் இருக்கும் அந்த உணர்வு, வேறு எந்த டைரியிலும் கிடைக்கவில்லை.

என் லக்கிக்கு நான் ஒரு டாட்டா கூட சொல்ல முடியல தெரியுமா?

ஆதி குட்டி : அம்மா...! பொறுமை...!

அவனின் வரைபடம் புத்தகத்தில் இருந்து ஒரு துண்டு தாள் கிழித்து லக்கியில் ஒட்டி, லக்கி டாட்டா என்று அவனின் பிஞ்சு விரலின் கையெழுத்தில்...!

இப்படிக்கு ஆதிகுட்டியும் யாழ் அம்மாவும் என்று என் பிரியா விடைக்கு பிரியமாக விடையளித்தான் அவனது கையெழுத்தில்...!

நன்றியுரை

இக்கதை என் பொக்கிஷம். என் முதல் குழந்தை போன்றது. இது ஒரு சாதாரண பெண்ணின் வாழ்க்கை, அவளது வாழ்வியல். கதையில் வரும் நிகழ்வுகள் கற்பனையும் உண்மையும் கலந்தது. ஏறத்தாழ உலகின் அத்தனை கதைகளும் உண்மையும் கற்பனையும் கலந்தது தானே?

கோனார் தமிழ் உரை பின் அட்டையில் என் பெயரும், என் புகைப்படமும் வர வேண்டும் என்பது என் நீண்ட நாள் கனவு. சில மதிப்பெண் வித்தியாசத்தில் அது கனவாகவே போய்விட்டது. இன்று, இந்த புத்தகமே என்னுடையது என்று நினைக்கும் போது மகிழ்ச்சியாக இருக்கின்றது.

எனக்கு தமிழ் மீது பற்று வர வைத்த என் தமிழ் ஐயாவுக்கும், என் பெற்றோர்களுக்கும், கதை எழுதுகிறேன் என்று சொன்ன உடனே, உனக்குப் பிடித்ததை செய் என்று ஊக்குவித்த தங்கம் அத்தைக்கும், என்றும் என் கனவுகளுக்கு உறுதுணையாக இருக்கும் என் கணவருக்கும், இந்த புத்தகம் எழுதும் பொழுது உறுதுணையாக இருந்த என் குழந்தைக்கும், இதை நடத்தி வைத்த பிரபஞ்சத்திற்கும் மனமார்ந்த நன்றிகளை தெரிவித்துக் கொள்கிறேன்.

நினைவுகளின் நிழல்களில் ஒளியாய் பயணம் செய்தமைக்கு நன்றி. உங்கள் கடந்த கால நினைவுகள் நிழல்களாக உங்களை பின் தொடரவும் அதை சிறிது

நேரம் நிஜங்களாக மாற்றி அமைக்கவும் இந்த புத்தகம் துணைப் புரியும் என நம்புகிறேன்.. நினைவுகளின் நிழல்கள் பாதையில் நீங்களும் நடந்து செல்லுங்கள்.. பாதையில் முட்கள் இருப்பின் அதை சரி செய்ய உதவி செய்யுங்கள்.

வரைபடங்கள் : து. அபிநயா
அட்டை படம் திருத்தம், புக்மார்க் : செல்வ கோகுல்
பிழை திருத்தம் : செ. ஜெகதீப்

www.ingramcontent.com/pod-product-compliance
Lightning Source LLC
LaVergne TN
LVHW041724190726
843493LV00007B/2214